ஐஐடி கனவுகள்

*JEE*பூம்பா பூதத்தை எதிர்கொள்ளும் உத்திகள்

இது ஒரு

மெட்ராஸ் பேப்பர்

தயாரிப்பு

ஐஐடி கனவுகள்

*JEE*பூம்பா பூதத்தை எதிர்கொள்ளும் உத்திகள்

பிரபு பாலா

மெட்ராஸ் பேப்பர்

Title: IIT Kanavugal
Author's Name: Prabhu Bala

Published by MadrasPaper

மெட்ராஸ் பேப்பர்
MadrasPaper
(An imprint of Zero Degree Publishing)
No. 55(7), R Block, 6th Avenue,
Anna Nagar,
Chennai - 600 040

Website: www.madraspaper.com
www.zerodegreepublishing.com
E Mail id: zerodegreepublishing@gmail.com
Phone: 89250 61999

Ezutthu Prachuram First Edition: December 2022
ISBN: 978-93-95511-44-5
TITLE NO MP: 4

Cover Design & Layout: Vijayan, Creative Studio

அன்புடன்

எழுத்தாளரும் மெட்ராஸ் பேப்பர் வார இதழின்
ஆசிரியருமான பா. ராகவன் அவர்களுக்கு.

முன்னுரை

ஐஐடி கல்லூரிகளில் பொருளாதாரத்திலும் கல்வியிலும் பின்தங்கிய மாநிலங்களில் இருந்தும் கூட அதிக அளவில் மாணவர்கள் சேர்கிறார்கள். ஆனால், புள்ளி விவரங்கள்படி இவ்விரண்டிலுமே முன்னிலையில் உள்ள தமிழ்நாட்டில் இருந்து ஐஐடி கல்லூரிகளில் சேரும் மாணவர்களின் எண்ணிக்கை மிகவும் குறைவு என்பது ஓர் ஆச்சரிய முரண். ஆண்டுதோறும் தோராயமாகப் பதினாறாயிரம் மாணவர்கள் ஐஐடி கல்லூரிகளில் சேர்க்கைத் தகுதி பெறுகிறார்கள். அவர்களில் தமிழ்நாட்டிலிருந்து ஐந்து சதவிகிதம் அதாவது ஐநூறு மாணவர்களே சேரத் தகுதி பெறுகிறார்கள்.

குறிப்பாகச் சிறுநகர மற்றும் கிராமப்புற மாணவர்களுக்கு ஐஐடி என்பது எட்டாத கனியாகவே இன்று வரை இருக்கிறது. காரணம்? ஐஐடியில் சேர்ந்து படிக்க எப்படி விண்ணப்பிப்பது, நுழைவுத் தேர்வுகளுக்கு எப்படித் தயாராவது போன்ற அடிப்படை விஷயங்கள் குறித்த போதுமான

விழிப்புணர்வு நம்மவர்களிடம் இல்லை என்கிறார்கள் கல்வியாளர்கள். ஐஐடி ஒன்றும் மந்திரவாதி கோட்டை அல்ல. பயிற்சியும் முயற்சியும் இருந்தால் சாமானியர்கள் கூட ஐஐடி கல்லூரிகளில் சேர்ந்து படிக்க முடியும்.

உங்களுக்கு ஐஐடி கல்லூரி ஒன்றில் சேர்ந்து படிக்க வேண்டும் என்பது கனவா? அந்தக் கனவைக் கைப்பற்றுவதற்குத் தேவையான வழிமுறைகளைச் சொல்லித் தருவதே இந்த நூலின் நோக்கம்.

பிரபு பாலா
balamx@gmail.com

பொருளடக்கம்

1. ஐஐடி: பொறியியல் மாணவர்களின் ராஜபாட்டை

பொறியியல் படிக்க விரும்பும் எந்தவொரு மாணவரிடம் கேட்டாலும் ஐஐடியில் படிக்க வேண்டும் என்பதே தனது கனவு என்பார். ஐஐடி பொறியியல் படிக்க விரும்பும் மாணவர்களின் ராஜபாட்டை. அங்கு ஒருவர் படித்துக் கொண்டிருக்கும்போதே அவருக்குச் சிவப்புக் கம்பளம் விரித்து வேலைக்கு வரவேற்கின்றன கார்ப்பரேட் நிறுவனங்கள்.

ஐஐடி என்பதன் விரிவான பெயர் இந்தியன் இன்ஸ்டிடியூட் ஆஃப் டெக்னாலஜி. தமிழில் இந்தியத் தொழில்நுட்பக் கழகம். இது இந்தியாவின் முதன்மையான தொழில் நுட்பக்கல்வி நிறுவனம். இந்தியா சுதந்திரம் அடைந்த பிறகு, நாட்டின் பொருளாதாரம் மற்றும் சமூக வளர்ச்சியை மேம்படுத்தவும் திறமையான மனிதவளத்தை வளர்த்தெடுக்கவும் பொறியாளர்களையும் அறிவியல் வல்லுனர்களையும் உருவாக்கவும் அப்போதைய

பிரதமர் ஜவஹர்லால் நேரு அவர்களால் இந்த நிறுவனம் உருவாக்கப்பட்டது. இங்கு படித்தவர்கள் ஐஐடியன்ஸ் என்று பெருமையுடன் அழைக்கப்படுகிறார்கள்.

1950ஆம் ஆண்டு இந்தியத் தொழில்நுட்பக் கழகத்தின் முதல் விதை மேற்கு வங்க மாநிலம் காரக்பூரில் ஊன்றப்பட்டது. 1951ஆம் ஆண்டு ஆகஸ்ட் 18ஆம் தேதி இந்தியாவின் முதல் கல்வி அமைச்சர் மௌலானா அபுல் கலாம் ஆசாத் அவர்களால் இந்தியன் இன்ஸ்டிடியூட் ஆஃப் டெக்னாலஜி என்ற பெயர் அங்கீகரிக்கப்பட்டது. 1956 செப்டம்பர் 15 ஆம் தேதி, இந்திய நாடாளுமன்றத்தில் இந்திய தொழில்நுட்ப நிறுவனம் சட்டத்தை நிறைவேற்றி, அதை தேசிய முக்கியயத்துவம் வாய்ந்த நிறுவனமாக *(Indian Institute of Importance)* அறிவித்தார் பிரதமர் ஜவஹர்லால் நேரு.

அதற்கடுத்து, சர்க்கார் கமிட்டியின் பரிந்துரையின் பேரில் பம்பாய் (1958), மெட்ராஸ் (1959), கான்பூர் (1959) மற்றும் டெல்லி (1961) ஆகிய நகரங்களில் நான்கு புதிய வளாகங்கள் நிறுவப்பட்டன. பகுதி வாரியான ஏற்றத்தாழ்வுகளை நீக்கும் பொருட்டு, இந்த வளாகங்கள் இந்தியா முழுவதும் பரவலாக இருக்கும்படியாகத் தேர்வு செய்யப்பட்டன. இந்தக் கழகத்தின் கல்லூரிகள் மத்திய அரசின் கல்வி அமைச்சகத்தின் கீழ் இயங்கி வருகின்றன.

நான்கு வளாகங்கள் பின்னர் நாடு முழுவதும் பல்கிப் பெருகி இப்போது இருபத்து மூன்று ஐஐடி வளாகங்களாக எண்ணிக்கையில் உயர்ந்துள்ளன. அந்த 23 கல்லூரிகள் மற்றும் அதனுடைய தரவரிசை மற்றும் துவக்கப்பட்ட ஆண்டு:

ஐஐடி கல்லூரிகள்	தரவரிசை 2022	துவக்கப்பட்ட ஆண்டு
ஐஐடி சென்னை	*1*	*1959*
ஐஐடி டெல்லி	*2*	*1963*
ஐஐடி பம்பாய்	*3*	*1958*
ஐஐடி கான்பூர்	*4*	*1959*
ஐஐடி காரக்பூர்	*5*	*1951*
ஐஐடி ரூர்கே	*6*	*2001*
ஐஐடி குவஹாத்தி	*7*	*1994*
ஐஐடி வாரணாசி	*9*	*2008*
ஐஐடி புவனேஸ்வர்	*13*	*1926*
ஐஐடி தன்பாத்	*14*	*2009*
ஐஐடி இந்தூர்	*16*	*2008*
ஐஐடி ரோபர்	*19*	*2008*
ஐஐடி மாண்டி	*20*	*2008*
ஐஐடி காந்திநகர்	*23*	*2008*
ஐஐடி ஜோத்பூர்	*30*	*2009*
ஐஐடி பாட்னா	*33*	*2008*
ஐஐடி ஹைதராபாத்	*36*	*2015*
ஐஐடி திருப்பதி	*56*	*2016*
ஐஐடி பாலக்காடு	*68*	*2016*
ஐஐடி ஜம்மு	*Not Ranked*	*2016*

ஐஐடி தர்வாத்	*Not Ranked*	*2016*
ஐஐடி பிலாய்	*Not Ranked*	*2015*
ஐஐடி கோவா	*Not Ranked*	*2016*

ஏன் ஐஐடியில் பொறியியல் படிக்க வேண்டும்?

இந்த நிறுவனம் உலகத் தரம் வாய்ந்தது. மத்திய அரசினுடைய நேரடி நிதியுதவியில் உருவாக்கப்பட்ட தரமான நூலகம், ஆய்வுக் கூடம், மற்றும் சர்வதேசத் தரம் வாய்ந்த பேராசிரியர்கள் போன்ற சிறப்பான அம்சங்கள் கொண்டது. தவிர, உலகெங்கிலும் பரவியுள்ள முன்னாள் மாணவர்களின் செயல்பாடுகள் கொண்ட ஆக்கபூர்வமான வலைப்பின்னல் (நெட்ஒர்க்) இதன் கூடுதல் பலம். ஐஐடியின் ஆசிரியர்களும் முன்னாள் மாணவர்களும் இந்தியாவிலும் வெளிநாட்டிலும் சமூகத்தின் அனைத்துத் துறைகளிலும் தங்கள் செயல்பாடுகளால் பெரும் தாக்கத்தையும் மாற்றத்தையும் ஏற்படுத்தியுள்ளனர்.

இவை அனைத்திற்கும் மேலாக நூறு சதவிகித வேலை உத்தரவாதம். இங்கு படிப்பை முடித்துவிட்டு வெளியே வருவோருக்கு உலகின் மிகப் பெரிய ஏதேனும் ஒரு பன்னாட்டு நிறுவனத்தில் நியமன உத்தரவு நிச்சயம் காத்திருக்கும்.

ஐஐடியில் படிப்பவர்களுக்கு வளாக நேர்காணல்களில் சராசரியாக ஆண்டுக்கு 12 லட்சத்திலிருந்து 20 லட்சம் ரூபாய் வரையில் சம்பளம் நிர்ணயிக்கப்பட்டுப் பணி ஆணை வழங்கப்படுகிறது. வளாக நேர்காணலில் கில்லிகளாகத் துள்ளும் சிலருக்கோ ஆண்டுக்கு ஒரு கோடி ருபாய் வரையிலும் கூட சம்பளம் கிடைக்கிறது.

இதுவரை ஐஐடி கல்லூரிகளில் படித்த நூற்று அறுபது மாணவர்கள் வளாகத் தேர்வில் ஆண்டுக்கு ஒரு கோடி சம்பளத்துடன் வேலை பெற்றிருக்கிறார்கள். இவர்களில் அதிகபட்சமாக ஐஐடி - புதுடெல்லி கல்லூரியில் பயின்ற அறுபது மாணவர்கள் ஆண்டுக்கு ஒரு கோடி சம்பளம் பெற்றிருக்கிறார்கள். வாவ்!

பொறியியல் பட்டப்படிப்பு தானே. பிளஸ் டூ மதிப்பெண்கள் போதுமல்லவா என்று கேட்கலாம். தப்பு. தப்பு. கன்னத்தில் போட்டுக்கொள்ளுங்கள். நல்ல சம்பளத்தையும் சமூக அந்தஸ்தையும் வழங்கும் ஒரு படிப்பில் அவ்வளவு எளிதில் சேர்ந்து விட முடியுமா என்ன? ஐஐடி கல்லூரிகளில் சேர்வதற்கான தகுதிச் சுற்றுகள் சற்றுக் கடினமானவை.

ஒரே கல்லில் இரண்டு மாங்காய் அடிப்பதைத் திறமை என்பார்கள். ஆனால், ஐஐடியில் சேர்பவர்கள் இரண்டு கல் வீசி ஒரு மாங்காய் அடிக்க வேண்டும். அதாவது இரண்டு நுழைவுத் தேர்வுகளை எழுதி இரண்டிலும் சிறப்பான தரவரிசையுடன் தேறினால் மட்டுமே ஐஐடி கல்லூரிகளில் இடம் கிடைக்கும்.

அதாவது ஜேஇஇ மெயின் நுழைவுத் தேர்வை எழுதி, அதில் நல்ல தரவரிசையில் வெற்றி பெற்று, பின்னர் ஐஐடி படிப்புகளுக்கென பிரத்யேகமாக நடத்தப்படும் ஜேஇஇ அட்வான்ஸ்டு நுழைவுத் தேர்வை எழுதித் தேர்ச்சி பெற வேண்டும். தேர்ச்சி பெற்றால் மட்டும் போதாது. இந்தத் தேர்வை இரண்டரை லட்சம் பேர் எழுதுகிறார்கள். பதினாறாயிரம் பேருக்கு மட்டுமே ஐஐடியில் அனுமதி உண்டு. எனவே இரண்டரை லட்சத்தில் பதினாறாயிரத்தில் ஒருவராக நல்ல தரவரிசையுடன் தேர்ச்சி பெற வேண்டும். அடேங்கப்பா என்கிறீர்களா? அசராதீர்கள்.

ஆர்வமான முயற்சியும் அசராதப் பயிற்சியும் இருந்தால் நீங்களும் ஐஐடியன் ஆகலாம். ஜேஇஇ என்னும் முட்பாதையை மலர்ப்பாதையாக்கி அதில் நீங்கள் ராஜநடை போடலாம்.

ஐஐடியில் படித்தவர்கள் தொழில் முனைவோர்களாகவும் தலைமைப் பதவிகளிலும் இந்திய அரசியலில் பெயர்பெற்றவர்களாகவும் ஊடகப் பிரபலங்களாகவும் உலகெங்கிலும் பல்வேறு துறைகளிலும் பரவி இருக்கிறார்கள். ஜேஇஇ தேர்வுக்கு மலைத்து, திகைத்து நின்றிருந்தால் ஐஐடியில் பயின்ற கீழே உள்ள பிரபலங்களின் பெயர்கள் நமது பார்வைக்கு வராமலே போயிருந்திருக்கும்.

சுந்தர் பிச்சை, தலைமைச் செயல் அதிகாரி, கூகுள்.

நாராயண மூர்த்தி, இணை நிறுவனர், இன்ஃபோஸிஸ்.

சச்சின் பன்சால் மற்றும் பின்னி பன்சால், நிறுவனர்கள், ஃபிளிப்கார்ட்.

ரோஹித் பன்சால், நிறுவனர், ஸ்னாப் டீல்.

தீபிந்தர் கோயல் மற்றும் பங்கஜ் சத்தா, நிறுவனர்கள், ஸொமோட்டோ.

அரவிந்த் கெஜ்ரிவால், டெல்லி முதலமைச்சர், நிறுவனர், ஆம் ஆத்மி கட்சி.

மனோகர் பாரிக்கர், முன்னாள் முதல்வர், கோவா.

ரகுராம் ராஜன், பொருளாதார நிபுணர் மற்றும் முன்னாள் கவர்னர், மத்திய ரிசர்வ் வங்கி.

சேத்தன் பகத், எழுத்தாளர்.

ஐஐடியின் தாக்கம் உலகம் முழுவதும் உள்ளது என்கிறார் மைக்ரோசாஃப்ட் நிறுவனர் பில் கேட்ஸ். உண்மை தானே!

2. கொட்டிக் கிடக்கும் பொறியியல் படிப்புகள்

இந்தியாவில் ஐஐடி கல்லூரிகளில் ஏகப்பட்ட பாடப் பிரிவுகளில் பி.டெக் படிப்புகள் கொட்டிக் கிடக்கின்றன. எந்தெந்த ஐஐடி கல்லூரியில் என்னென்ன படிப்புகள் உள்ளன என்பது பற்றிய விவரங்கள்

ஐஐடி மெட்ராஸ், தமிழ்நாடு:

ஏரோஸ்பேஸ் என்ஜினீயரிங், அப்ளைய்டு மெக்கானிக்ஸ், பயோடெக்னாலஜி, கெமிக்கல் என்ஜினீயரிங், கெமிஸ்ட்ரி, சிவில் என்ஜினீயரிங், கம்ப்யூட்டர் சயன்ஸ் அண்ட் என்ஜினீயரிங், எலக்ட்ரிக்கல் என்ஜினீயரிங், என்ஜினீயரிங் டிசைன், என்ஜினீயரிங் பிசிக்ஸ், மெக்கானிக்கல் என்ஜினீயரிங், மெட்டலர்ஜிகல் அண்ட் மெட்டீரியல்ஸ் என்ஜினீயரிங், கணிதம் (மேத்தமேட்டிக்ஸ்), பிசிக்ஸ், ஓஷன் என்ஜினீயரிங்.

ஐஐடி டெல்லி, புது டெல்லி:

மெக்கானிக்கல் என்ஜினீயரிங் (பவர் அண்ட் ஆட்டோமேஷன்), மேத்மேட்டிக்ஸ் அண்ட் கம்ப்யூட்டிங், என்ஜினீயரிங் பிசிக்ஸ், எலக்ட்ரிக்கல் என்ஜினீயரிங், கெமிக்கல் என்ஜினீயரிங், பயோடெக்னலாஜி அண்ட் பயோகெமிக்கல் என்ஜினீயரிங், ப்ரொடக்ஷன் அண்ட் இண்டஸ்ட்ரியல் என்ஜினீயரிங், சிவில் என்ஜினீயரிங், கம்ப்யூட்டர் சயின்ஸ் அண்ட் என்ஜினீயரிங்.

ஐஐடி பம்பாய், மகாராஷ்டிரா:

எர்த் சயின்சஸ், ஏரோஸ்பேஸ் என்ஜினீயரிங், மேத்மேட்டிக்ஸ் அண்ட் சயின்டிஃபிக் கம்ப்யூட்டிங், எலெக்ட்ரிக்கல் என்ஜினீயரிங், கெமிஸ்ட்ரி, சிவில் என்ஜினீயரிங், கம்ப்யூட்டர் சயின்ஸ் அண்ட் என்ஜினீயரிங், பிசிக்ஸ், கெமிக்கல் என்ஜினீயரிங், மெக்கானிக்கல் என்ஜினீயரிங், மெட்டீரியல்ஸ் சயின்ஸ் அண்ட் என்ஜினீயரிங், பயோலாஜிக்கல் சயின்ஸஸ் அண்ட் என்ஜினீயரிங்.

ஐஐடி கான்பூர், உத்தரப்பிரதேசம்:

ஏரோஸ்பேஸ் என்ஜினீயரிங், பயோ லாஜிக்கல் சயின்சஸ் அண்ட் பயோ-என்ஜினீயரிங், கெமிக்கல் என்ஜினீயரிங், சிவில் என்ஜினீயரிங், கம்ப்யூட்டர் சயின்ஸ் அண்ட் என்ஜினீயரிங், எலெக்ட்ரிக்கல் என்ஜினீயரிங், மெட்டீரியல்ஸ் சயின்ஸ் அண்ட் என்ஜினீயரிங், மெக்கானிக்கல் என்ஜினீயரிங்.

ஐஐடி காரக்பூர், மேற்கு வங்காளம்:

ஏரோஸ்பேஸ் என்ஜினீயரிங், சிவில் என்ஜினீயரிங், எலெக்ட்ரிக்கல் என்ஜினீயரிங், கெமிக்கல் என்ஜினீயரிங், எலக்ட்ரானிக்ஸ் அண்ட்

எலக்ட்ரிக்கல் கம்யூனிகேஷன் என்ஜினீயரிங், மெக்கானிக்கல் என்ஜினீயரிங், கம்ப்யூட்டர் சயின்ஸ் அண்ட் என்ஜினீயரிங், அக்ரிகல்சர் அண்ட் ஃபுட் என்ஜினீயரிங், இண்டஸ்ட்ரியல் அண்ட் சிஸ்டம்ஸ் என்ஜினீயரிங், மைனிங் என்ஜினீயரிங், ஓஷன் என்ஜினீயரிங் அண்ட் நேவல் ஆர்கிடெக்சர், பயோ டெக்னாலஜி அண்ட் பயோ கெமிக்கல் என்ஜினீயரிங், இன்ஸ்ட்ருமென்டேஷன் என்ஜினீயரிங், மேனுஃபாக்ச்சரிங் சயின்ஸ் அண்ட் என்ஜினீயரிங்.

ஐஐடி ரூர்கே, உத்தராகண்ட்:

எலக்ட்ரிக்கல் என்ஜினீயரிங், எலக்ட்ரானிக்ஸ் அண்ட் கம்யூனிகேஷன் என்ஜினீயரிங், பாலிமர் சயின்ஸ் அண்ட் என்ஜினீயரிங், கம்ப்யூட்டர் சயின்ஸ் அண்ட் என்ஜினீயரிங், கெமிக்கல் என்ஜினீயரிங், பயோ-டெக்னாலஜி, என்ஜினீயரிங் பிசிக்ஸ், மெட்டலர்ஜிகல் அண்ட் மெட்டீரியல்ஸ் என்ஜினீயரிங், மெக்கானிக்கல் என்ஜினீயரிங், ஜியோபிசிக்கல் டெக்னலாஜி, சிவில் என்ஜினீயரிங்.

ஐஐடி குவஹாத்தி, அசாம்:

கம்ப்யூட்டர் சயின்ஸ் அண்ட் என்ஜினீயரிங், பயோ டெக்னாலஜி, சிவில் என்ஜினீயரிங், எலெக்ட்ரானிக்ஸ் அண்ட் கம்யூனிகேஷன் என்ஜினீயரிங், எலெக்ட்ரானிக்ஸ் அண்ட் எலெக்ட்ரிக்கல் என்ஜினீயரிங், என்ஜினீயரிங் பிசிக்ஸ், மேத்மேட்டிக்ஸ் அண்ட் கம்ப்யூட்டிங், கெமிக்கல் சயின்ஸ் அண்ட் டெக். கெமிக்கல் என்ஜினியரிங்.

ஐஐடி ஹைதராபாத், தெலுங்கானா:

கம்ப்யூட்டர் சயின்ஸ் அண்ட் என்ஜினீயரிங், எலக்ட்ரானிக்ஸ் அண்ட் கம்யூனிகேஷன் என்ஜினீயரிங்.

ஐஐடி இந்தூர், மத்திய பிரதேசம்:

மெட்டலர்ஜிகல் என்ஜினீயரிங் அண்ட் மெட்டீரியல்ஸ் சயின்ஸ், எலக்ட்ரிக்கல் என்ஜினீயரிங், மெக்கானிக்கல் என்ஜினீயரிங், கம்ப்யூட்டர் சயின்ஸ் அண்ட் என்ஜினீயரிங், சிவில் என்ஜினீயரிங்.

ஐஐடி வாரணாசி, உத்தரப்பிரதேசம்:

கம்ப்யூட்டர் சயின்ஸ் அண்ட் என்ஜினீயரிங், எலக்ட்ரானிக்ஸ் என்ஜினீயரிங், மெக்கானிக்கல் என்ஜினீயரிங், எலக்ட்ரிக்கல் என்ஜினீயரிங், செராமிக் என்ஜினீயரிங், சிவில் என்ஜினீயரிங், மெட்டலர்ஜிகல் என்ஜினீயரிங், மைனிங் என்ஜினீயரிங், கெமிக்கல் என்ஜினீயரிங்.

ஐஐடி தன்பாத், ஜார்கண்ட்:

கெமிக்கல் என்ஜினீயரிங், சிவில் என்ஜினீயரிங், கம்ப்யூட்டர் சயின்ஸ் அண்ட் என்ஜினீயரிங், எலக்ட்ரிக்கல் என்ஜினீயரிங், எலக்ட்ரானிக்ஸ் அண்ட் கம்யூனிகேஷன் என்ஜினீயரிங், என்ஜினீயரிங் பிசிக்ஸ், என்விரோன்மென்டல் என்ஜினீயரிங், மெக்கானிக்கல் என்ஜினீயரிங், மினரல் அண்ட் மெட்டலர்ஜிகல் என்ஜினீயரிங், மைனிங் என்ஜினீயரிங், மைனிங் மெஷினரி என்ஜினீயரிங், பெட்ரோலியம் என்ஜினீயரிங்.

ஐஐடி புவனேஸ்வர், ஒடிசா:

சிவில் என்ஜினீயரிங், கம்ப்யூட்டர் சயின்ஸ் என்ஜினீயரிங், மெக்கானிக்கல் என்ஜினீயரிங், எலக்ட்ரிக்கல் என்ஜினீயரிங், மெட்டலர்ஜிகல் அண்ட் மெட்டீரியல்ஸ் என்ஜினீயரிங், எலக்ட்ரானிக்ஸ் அண்ட் கம்யூனிகேஷன் என்ஜினீயரிங்.

ஐஐடி காந்திநகர், குஜராத்:

கெமிக்கல் என்ஜினீயரிங், சிவில் என்ஜினீயரிங், கம்ப்யூட்டர் சயின்ஸ் அண்ட் என்ஜினீயரிங், எலக்ட்ரிகல் என்ஜினீயரிங், மெக்கானிக்கல் என்ஜினீயரிங், மெட்டிரியல்ஸ் என்ஜினீயரிங், கெமிஸ்ட்ரி, பயோலாஜிகல் என்ஜினீயரிங்.

ஐஐடி ரோபர், பஞ்சாப்:

சிவில் என்ஜினீயரிங், கம்ப்யூட்டர் சயின்ஸ் அண்ட் என்ஜினீயரிங், எலக்ட்ரிகல் என்ஜினீயரிங், மெக்கானிக்கல் என்ஜினீயரிங்.

ஐஐடி பாட்னா, பீகார்:

சிவில் அண்ட் என்விரோன்மெண்டல் என்ஜினீயரிங், கம்ப்யூட்டர் சயின்ஸ் அண்ட் என்ஜினீயரிங், எலக்ட்ரிக்கல் என்ஜினீயரிங், மெக்கானிக்கல் என்ஜினீயரிங், கெமிக்கல் என்ஜினீயரிங், மெட்டலர்ஜிக்கல் அண்ட் மெட்டீரியல்ஸ் என்ஜினீயரிங்,

ஐஐடி மாண்டி, இமாசலப்பிரதேசம்:

சிவில் என்ஜினீயரிங், கம்ப்யூட்டர் சயின்ஸ் அண்ட் என்ஜினீயரிங், எலக்ட்ரிக்கல் என்ஜினீயரிங், மெக்கானிக்கல் என்ஜினீயரிங், டேட்டா சயின்ஸ் அண்ட் என்ஜினீயரிங், என்ஜினீயரிங் பிசிக்ஸ்.

ஐஐடி ஜோத்பூர், ராஜஸ்தான்:

சிவில் அண்ட் இன்ஃப்ராஸ்ட்ரக்சர் என்ஜினீயரிங், கம்ப்யூட்டர் சயின்ஸ் அண்ட் என்ஜினீயரிங், எலக்ட்ரிக்கல் என்ஜினீயரிங், மெக்கானிக்கல் என்ஜினீயரிங், ஏஐ அண்ட் டேட்டா சயின்ஸ் என்ஜினீயரிங், கெமிக்கல் என்ஜினீயரிங், மெட்டீரியல்ஸ் என்ஜினீயரிங்.

ஐஐடி திருப்பதி, ஆந்திரப்பிரதேசம்:

சிவில் என்ஜினீயரிங், கம்ப்யூட்டர் சயின்ஸ் என்ஜினீயரிங், எலக்ட்ரிக்கல் என்ஜினீயரிங், மெக்கானிக்கல் என்ஜினீயரிங், கெமிக்கல் என்ஜினீயரிங், என்ஜினீயரிங் கெமிஸ்ட்ரி, என்ஜினீயரிங் பிசிக்ஸ்.

ஐஐடி பிலாய், சத்தீஸ்கர்:

கம்ப்யூட்டர் சயின்ஸ் அண்ட் என்ஜினீயரிங், எலக்ட்ரிகல் என்ஜினீயரிங், மெக்கானிக்கல் என்ஜினீயரிங், டேட்டா சயின்ஸ் அண்ட் ஆர்டிஃபிஷியல் என்ஜினீயரிங்.

ஐஐடி கோவா, கோவா:

கம்ப்யூட்டர் சயின்ஸ் அண்ட் என்ஜினீயரிங், எலக்ட்ரிக்கல் என்ஜினீயரிங், மெக்கானிக்கல் என்ஜினீயரிங், மேத்மேட்டிக்ஸ் அண்ட் கம்ப்யூட்டிங்.

ஐஐடி ஜம்மு, ஜம்மு காஷ்மீர்:

சிவில் என்ஜினீயரிங், கம்ப்யூட்டர் சயின்ஸ் அண்ட் என்ஜினீயரிங், எலக்ட்ரிக்கல் என்ஜினீயரிங், மெக்கானிக்கல் என்ஜினீயரிங், கெமிக்கல் என்ஜினீயரிங், மெட்டீரியல்ஸ் என்ஜினீயரிங்.

ஐஐடி தர்வாத், கர்நாடகா:

கம்ப்யூட்டர் சயின்ஸ் அண்ட் என்ஜினீயரிங், எலக்ட்ரிக்கல் என்ஜினீயரிங், மெக்கானிக்கல் என்ஜினீயரிங்.

ஐஐடி பாலக்காடு, கேரளா:

சிவில் என்ஜினீயரிங், கம்ப்யூட்டர் சயின்ஸ் அண்ட் என்ஜினீயரிங், எலக்ட்ரிக்கல் என்ஜினீயரிங், மெக்கானிக்கல் என்ஜினீயரிங்.

2. ஜேஇஇ (மெயின்): சவால்களின் சங்கமம்

ஐஐடி கல்லூரியில் சேர என்ன செய்யவேண்டும்?

ஜேஇஇ *(JEE)* நுழைவுத் தேர்வு எழுதவேண்டும்.

ஜேஇஇ என்பது என்ன?

Joint Entrance Examination என்பதின் சுருக்கம்தான் ஜேஇஇ. தமிழில் கூட்டு நுழைவுத் தேர்வு. இந்த நுழைவுத் தேர்வை மத்திய மனிதவள மேம்பாட்டு அமைச்சகத்தால் தொடங்கப்பட்ட தேசியப் பொதுத் தேர்வு முகமை எனப்படும் நேஷனல் டெஸ்டிங் ஏஜென்சி என்ற அமைப்பு நடத்துகிறது.

இந்தியாவின் மிகப் பெரிய, முக்கியமான மத்திய, மாநில அரசுக் கல்வி நிறுவனங்களில் படிக்க ஜேஇஇ தேர்வைக் கண்டிப்பாக எழுதவேண்டும்.

அவற்றில் சில முக்கியமான மத்திய அரசின் கல்வி நிறுவனங்கள்.

National Institute of Technology – NIT (31 கல்லூரிகள்)

Indian Institute of Information Technology – IIIT (26 கல்லூரிகள்)

Centrally Funded Technical Institutions – CFTI (30 கல்லூரிகள்)

Indian Institute Of Technology – IIT (23 கல்லூரிகள்).

உலக அளவில் சவால்கள் நிறைந்த கடினமான தேர்வுகளில் ஒன்று ஜேஇஇ. ஆனால், சரியாகப் புரிந்து திட்டமிட்டுப் படித்தால், அது உங்கள் வீட்டு நாய்க்குட்டிபோல் உங்களிடம் வாலாட்டும்.

ஆண்டுதோறும் சராசரியாக பத்து லட்சத்துக்கு மேற்பட்ட மாணவ, மாணவிகள் ஜேஇஇ மெயின் தேர்வு எழுதுகிறார்கள். அவர்களில் தேர்வாகும் ஐஐடி ஆர்வமுள்ள மாணவர்களில் முதல் இரண்டரை லட்சத்திற்குள் வருபவர்கள் மட்டுமே ஜேஇஇ அட்வான்ஸ்டு தேர்வு எழுதத் தகுதி பெறுகிறார்கள். இப்போது ஜேஇஇ மெயின் பற்றிப் பார்க்கலாம்.

ஜேஇஇ மெயின் இரண்டு தாள்கள். அவை பேப்பர்-1 மற்றும் பேப்பர்-2. பேப்பர்-2இல் இரண்டு தாள்கள் இருக்கின்றன. அவை பேப்பர்-2A மற்றும் பேப்பர்-2B.

பி.இ / பி.டெக் படிப்புகளுக்கு பேப்பர்-1 எழுத வேண்டும். பி.ஆர்க் படிப்புக்கு பேப்பர்-2இல் பேப்பர்-2A எழுத வேண்டும். பி.பிளானிங் படிப்புக்கு பேப்பர்-2இல் பேப்பர்-2B எழுத வேண்டும்.

பேப்பர்-1, பேப்பர்-2A மற்றும் பேப்பர்-2B தேர்வுகள் வெவ்வேறு நாட்களில் நடக்கும். இதனால், ஒரே ஆண்டில் ஒரே மாணவர் அனைத்துத் தேர்வுகளுக்கும் விண்ணப்பித்து எழுதலாம். அனைத்துத் தேர்வுகளிலும் அவர் வெற்றி பெற்றால், தனக்கான

பட்டப்படிப்பை அந்த மாணவரே தேர்வு செய்து கொள்ளலாம்.

தேர்வுகள் நடக்கும் மாதங்கள்

தேர்வு ஒரு கல்வி ஆண்டில் இரண்டு முறைகள் நடைபெறும். முறையே பிப்ரவரி மற்றும் ஏப்ரல்.

ஒரு மாணவர் ஒரே ஆண்டில் இந்த இரண்டு தேர்வுகளிலும் கலந்து கொள்ளலாம். அந்த இரண்டு முயற்சிகளில் அதிக மதிப்பெண்கள் பெறும் தேர்வு, கணக்கில் எடுத்துக் கொள்ளப்படும்.

வயது வரம்பு மற்றும் பிற தகுதிகள்

மற்ற கல்லூரிகளுக்குத் தேர்வு எழுத வயது வரம்பு இல்லை. ஆனால், ஐஐடி கல்லூரிகளில் சேர வயது வரம்பு உண்டு.

ஒரு மாணவர் ஜேஇஇ மெயின் நுழைவுத் தேர்வைத் தொடர்ந்து மூன்று வருடங்கள் எழுதலாம். தேர்வு நடத்தப்படும் ஆண்டுக்கு முந்தைய இரண்டாண்டுகளில் பிளஸ் டூ முடித்தவர்களும் நடப்பு ஆண்டில் பிளஸ் டூ தேர்வு எழுதியவர்களும் இந்தத் தேர்வை எழுதத் தகுதி உடையவர்கள் ஆவார்கள். *(உ-ம்: 2023ஆம் ஆண்டுக்கான ஜேஇஇ மெயின் தேர்வுக்கு 2021, மற்றும் 2022ஆம் ஆண்டுகளில் பிளஸ் டூ முடித்தவர்களும் 2023ஆம் ஆண்டில் பிளஸ் டூ தேர்வு எழுதியவர்களும் விண்ணப்பிக்கலாம்).*

ஆண்டுக்கு இரண்டு தேர்வுகள் வீதம் மூன்று ஆண்டுகளில் ஆறு தேர்வுகள் எழுத மட்டுமே ஒரு மாணவர் அனுமதிக்கப்படுவார். அதற்கு மேல் அவர் தேர்வெழுத அனுமதி இல்லை.

ஆண்டுக்கு ஒரு முறை மே அல்லது ஜூன் மாதம் நடைபெறும் ஜேஇஇ அட்வான்ஸ்டு தேர்வை ஒரு

மாணவர் அடுத்தடுத்து வரும் இரண்டு வருடங்கள் மட்டுமே எழுதலாம்.

ஐஐடிபடிப்புகளுக்கு கல்வித் தகுதி

- *மாநில அல்லது மத்திய அரசினுடைய (சிபிஎஸ்இ) பள்ளிக்கல்வியில் மேல்நிலைப் படிப்பு.*
- *மேல்நிலைக் கல்வியில் தொழிற்படிப்பு.*
- *AICTE (All India Council for Technical Education) அல்லது மாநிலக் கல்வித் துறையின் கீழ் இயங்கும் கல்வி நிறுவனங்களில் மூன்று வருட டிப்ளமோ படிப்பு.*
- *தேசிய திறந்தநிலைப் பள்ளி நடத்தும் மேல்நிலைக் கல்வித் தேர்வு.*
- *General Certificate Education Advanced (A) Level .*
- *Cambridge University நடத்தும் High School Certificate Examination அல்லது International Baccalaureate Diploma of the International Baccalaureate Office, Genève தேர்வாகியிருக்க வேண்டும்.*

என்ஐடி, ஐஐஐடி மற்றும் சிஎஃப்டிஐ படிப்புகளுக்குக் கல்வித் தகுதி

- *பி.இ / பி.டெக் விண்ணப்பிக்க பன்னிரெண்டாம் வகுப்பில் இயற்பியல் மற்றும் கணிதத்தைப் பாடமாகத் தேர்வுசெய்து படித்திருக்க வேண்டும். அத்துடன் வேதியியல், பயோடெக்னாலஜி இவற்றில் ஏதேனும் ஒரு பாடத்தைத் தேர்வு செய்திருக்க வேண்டும்.*
- *பி.ஆர்க் பட்டப்படிப்புக்கு விண்ணப்பிக்க பன்னிரெண்டாம் வகுப்பில் இயற்பியல், வேதியியல் மற்றும் கனக்குப் பாடங்கள் தேர்வு செய்திருக்க வேண்டும்.*

- பி.பிளானிங் பட்டப்படிப்புக்கு விண்ணப்பிக்க பன்னிரெண்டாம் வகுப்பில் கணிதத்தை ஒரு பாடமாகப் படித்திருக்க வேண்டும்.

***JEE* நுழைவுத் தேர்வு**

பி.இ மற்றும் பி.டெக் பட்டப்படிப்புகளுக்கு ஜேஇஇ மெயின் நுழைவுத் தேர்வில் கேள்வித்தாள் ஒன்று *(பேப்பர்-1)* எழுதவேண்டும். கணிதம், இயற்பியல் மற்றும் வேதியியல் பாடங்களில் இருந்து கேள்விகள் கேட்கப்படும்.

பி.ஆர்க் பட்டப்படிப்புக்கு கணிதம், திறனறி சோதனைத் *(Aptitude Test)* தேர்வு மற்றும் வரைபடத் தேர்வு என்று மூன்று பகுதிக் கேள்விகள் இருக்கும்.

இவைகளில் கணிதம் மற்றும் *Aptitude* பகுதிகள் ஆன்லைன் தேர்வு. வரைபடப் பகுதி பேனா அல்லது பென்சில் கொண்டு எழுத / வரையப்படும் ஆஃப்லைன் தேர்வு.

பி.பிளானிங் பட்டப்படிப்புக்கு கணிதம் திறனறி சோதனை (ஆப்டிடியூட்) மற்றும் திட்டம் சார்ந்த கேள்விகள் *(Planning Based Questions)* என்று மூன்று பகுதிகளாக கேள்வித்தாள் இருக்கும்.

பட்டப்படிப்பு	தேர்வு	பாடங்கள்	தேர்வு வகை
பி.இ/பி.டெக்	பேப்பர்-1	இயற்பியல் வேதியியல் மற்றும் கணிதம்	கணினி அடிப்படையிலான தேர்வு
		பகுதி1- கணிதம்	கணினி அடிப்படையிலான தேர்வு
பி.ஆர்க்	பேப்பர்-2A	பகுதி 2- திறனறி சோதனை	கணினி அடிப்படையிலான தேர்வு
		பகுதி 3- வரைபடம்	தாள் மற்றும் பேனா/பென்சில்
பி.பிளானிங்	பேப்பர்-2B	பகுதி1- கணிதம்	கணினி அடிப்படையிலான தேர்வு
		பகுதி2- திறனறி சோதனை	கணினி அடிப்படையிலான தேர்வு
		பகுதி3- திட்டம் சார்ந்த வினாக்கள்	கணினி அடிப்படையிலான தேர்வு

பி.இ மற்றும் பி.டெக் பட்டப்படிப்புகளுக்கான ஜேஇஇ மெயின் நுழைவுத் தேர்வு ஆன்லைன் அடிப்படையிலானது.

பத்தாம் வகுப்பு முதல் பன்னிரெண்டாம் வகுப்பு வரையில் உள்ள சிபிஎஸ்இ பாடத்திட்டத்திலிருந்து கேள்விகள் கேட்கப்படும்.

ஜேஇஇ மெயின் நுழைவுத் தேர்வு எழுதும் மொழிகள், வினாத்தாள் மற்றும் மதிப்பெண்கள்:

ஆங்கிலம், அசாமி, பெங்காலி, குஜராத்தி, இந்தி, கன்னடம், மலையாளம், மராத்தி, ஒடியா, பஞ்சாபி, தமிழ், தெலுங்கு மற்றும் உருது ஆகிய பதின்மூன்று மொழிகளில் தேர்வு எழுதலாம்.

ஆங்கில மொழியைத் தேர்வு செய்வது நல்லது. மாநில மொழியில் தேர்வு எழுதி வெற்றி பெற்று ஐஐடி, ஐஐஐடி, என்.ஐ.டி கல்லூரிகளில் ஏதாவது ஒன்றில் சேர்ந்த பிறகு அங்கே ஆங்கில மொழிதான் பிரதானமாகப் பயன்படுத்தப்படும். அதனால், நுழைவுத் தேர்விலிருந்தே ஆங்கில மொழியை தேர்வு செய்வது புத்திசாலித்தனம்.

ஒரே தேர்வாக இருந்தாலும் இரண்டு பிரிவுகளில் *(Section A & B)* கேள்விகள் கேட்கப்படும். *Multiple Choice Questiions (MCQ),* சரியான விடையைத் தேர்ந்தெடுத்து விடையளிக்கும் பகுதி *(SectionA).* மாணவர்களே சுயமாக விடையளிக்கும் பகுதி *(SectionB).*

பி.இ / பி.டெக் பட்டப்படிப்புகளுக்கான முதல் தேர்வில் *(பேப்பர்-1)* சரியான விடையைத் தேர்ந்தெடுக்கும் *(Multiple Choice Questions)* பகுதியில் கணிதம், இயற்பியல் மற்றும் வேதியியல் ஆகிய மூன்று பாடத்திலிருந்தும் தலா இருபது கேள்விகள் வீதம் மொத்தம் அறுபது கேள்விகள் கேட்கப்படும்.

அந்த அறுபது கேள்விகளுக்கும் விடையளிக்க வேண்டும்.

மாணவர்களே சுயமாக விடையளிக்கும் பகுதியில் கணிதம், இயற்பியல் மற்றும் வேதியியல் ஆகிய ஒவ்வொரு பாடங்களில் இருந்தும் தலா பத்து கேள்விகள் கேட்கப்படும்.

பேப்பர்-1, பேப்பர்-2A மற்றும் பேப்பர்-2B நுழைவுத் தேர்வுகளுக்கு ஒரு சரியான விடைக்கு நான்கு மதிப்பெண்கள். ஒரு தவறான விடைக்கு ஒரு மதிப்பெண் கழிக்கப்படும் . விடையளிக்காத கேள்விகளுக்கு மதிப்பெண் இல்லை. அதாவது மதிப்பெண் குறைக்கப்படாது.

மதிப்பெண்கள்:

பேப்பர்-1

கணிதம் :

(பிரிவு A- 20 வினாக்கள்)
(பிரிவு B- 10 வினாக்கள்)
மொத்தம்- 30 வினாக்கள் - 100 மதிப்பெண்கள்

இயற்பியல் :

(பிரிவு A- 20 வினாக்கள்)
(பிரிவு B- 10 வினாக்கள்)
மொத்தம்- 30 வினாக்கள் - 100 மதிப்பெண்கள்

வேதியியல்:

(பிரிவு A- 20 வினாக்கள்)
(பிரிவு B- 10 வினாக்கள்)
மொத்தம்- 30 வினாக்கள் - 100 மதிப்பெண்கள்

மொத்தம் - 90 வினாக்கள் (300 மதிப்பெண்கள்) என்ற அமைப்பில் இருக்கும்

பிரிவு A: MCQ - வகையில் இருக்கும். சரியான விடைக்கு 4 மதிப்பெண்கள் தரப்படும். தவறான விடைக்கு ஒரு மதிப்பெண் குறையும். எழுதாத விடைக்கு மதிப்பெண் குறையாது.

பிரிவு B : எண் வடிவில் விடையைத் தரவேண்டும். சரியான விடைக்கு 4 மதிப்பெண்கள் உண்டு. ஏதேனும் ஐந்து வினாக்களுக்கு விடை தரவேண்டும். தவறான விடைக்கும், எழுதாத வினாவிற்கும் மதிப்பெண் குறையாது.

பேப்பர்: 2A

(பிரிவு I : A - 20 வினாக்கள், B -10 வினாக்கள்) - 100 மதிப்பெண்கள்
பிரிவு II : 50 வினாக்கள் – 200 மதிப்பெண்கள்
பிரிவு III : 2 வினாக்கள் – 100 மதிப்பெண்கள்)
மொத்தம் 82 வினாக்கள்
மொத்த மதிப்பெண்கள் 400 என்று இருக்கும்.

மதிப்பெண் முறை பேப்பர்-I போன்றே இருக்கும். பிரிவு III என்பது A 4 தாளில் செய்ய வேண்டிய வரைதல் தேர்வாகும்.

பேப்பர்-2B

கணிதம்:

(பிரிவுA : 20 வினாக்கள்)
(பிரிவு B : 10 வினாக்கள்) மதிப்பெண்கள் 100

திறன் தேர்வு:

(பிரிவு B : 50 வினாக்கள் - மதிப்பெண் 200
திட்டமிடல் : 25 வினாக்கள்- மதிப்பெண் 100)

மொத்தம் - 105 வினாக்கள்
மதிப்பெண் விவரம் பேப்பர் I அமைப்பில் இருக்கும்.

Paper	Subjects	Section A	Section B	Mode of the Examination	Timing of the Examination (IST)	
					First Shift	Second Shift
Paper 1 (B.E./B.Tech.)	Mathematics	20*	10*	**Computer Based Test (CBT) mode**	**09:00 a.m. to 12:00 p.m.**	**03:00 p.m. to 06:00 p.m.**
	Physics	20*	10*			
	Chemistry	20*	10*			
	Total	**90**				
Paper 2A (B. Arch.)	Mathematics – Part I	20*	10*	**Computer Based Test (CBT) mode except** Drawing Test (Part-III) in pen and paper (offline) mode, to be attempted on drawing sheet of A4 size	**09:00 a.m. to 12:00 p.m.**	**03:00 p.m. to 06:00 p.m.**
	Aptitude Test – Part II	50				
	Drawing Test – Part III	02				
	Total	**82**				
Paper 2B (B. Planning)	Mathematics – Part I	20*	10*	**Computer Based Test (CBT) mode**	**03:00 p.m. to 06:00 p.m.**	
	Aptitude Test – Part II	50				
	Planning – Part III	25				
	Total	**105**				

** For Paper 1 and Part-I of Paper 2, each Subject will have* ***two sections****. Section A will be of Multiple-Choice Questions (MCQs) and Section B will contain Questions whose answers are to be filled in as a numerical value. In Section B, candidates have to attempt any* ***05 (five) questions out of 10****.* ***There will be negative marking for both Section A and Section B.*** *For each question in Section B,* ***enter the correct integer value*** *of the answer using the mouse and the on-screen virtual numeric keypad in the place designated to enter the answer.* ***For Section B, the answer should be rounded off to the nearest Integer.***

கட் ஆஃப்

பொதுவாக அந்த ஆண்டு மாணவர்கள் எடுக்கும் அதிக மதிப்பெண்களைக் கொண்டு கட் ஆஃப் மதிப்பெண்கள் நிர்ணயிக்கப்படுகிறது. தொண்ணூற்று இரண்டு முதல் தொண்ணூற்று ஐந்து பர்சென்டைல் எடுத்தால் ஜேஇஇ அட்வான்ஸ்டு தேர்வுக்குத் தகுதி பெறலாம்.

தொண்ணூற்று எட்டு பர்சென்டைல் மதிப்பெண்கள் எடுத்தால் ஐஐடி அல்லாத இதர கல்லூரிகளில் கணினி பொறியியல் பிரிவில் இருக்கை பெறுவது உறுதி.

ஜேஇஇ-மெயின் கட் ஆஃப்பை தீர்மானிப்பதில் இருக்கைகளின் இருப்பு எண்ணிக்கை முக்கிய பங்கு வகிக்கிறது. ஜேஇஇ மெயின் *2021* மூலம் வழங்கப்பட்ட பொறியியல் இடங்களின் விநியோகத்தை அடுத்த பக்கத்தில் உள்ள அட்டவணை காட்டுகிறது.

தேர்வு மையங்கள்:

தமிழகத்தில் பதினெட்டு மாவட்டம்/நகரங்களில் நுழைவுத் தேர்வு மையங்கள் அமைக்கப்படும். தேர்வு எழுதப் போகும் மாணவர்கள் தங்கள் அருகில் உள்ள மையங்களைத் தேர்ந்தெடுத்துக் கொள்ளலாம்.

சென்னை, கோவை, மதுரை, திருச்சி, சேலம், வேலூர், திருநெல்வேலி, கடலூர், காஞ்சிபுரம், கன்னியாகுமரி, நாகர்கோவில், நாமக்கல், தஞ்சாவூர், தூத்துக்குடி, திருவள்ளூர், விருதுநகர், கிருஷ்ணகிரி, திருப்பூர் மற்றும் விழுப்புரம் ஆகிய மாவட்டங்களில் தேர்வு மையங்கள் இருக்கும்.

நுழைவுத் தேர்வுக்கு எப்படி விண்ணப்பிப்பது என்பதைப் பற்றி அடுத்து பார்ப்போம்.

வகை	ஐஐஐடி	ஐஐடி	என்ஐடி	ஜி.எப்.டி-ஐ	இருக்கைகள்
எஸ்சி	*663*	*1939*	*2993*	*796*	*6391*
எஸ்சி- மாற்றுத் திறனாளிகள்	*43*	*97*	*160*	*43*	*343*
எஸ்டி	*340*	*969*	*1827*	*459*	*395*
எஸ்டி- மாற்றுத் திறனாளிகள்	*14*	*54*	*108*	*21*	*197*
ஓபிசி	*1200*	*3499*	*5212*	*1061*	*10972*
ஓபிசி- மாற்றுத் திறனாளிகள்	*66*	*169*	*272*	*59*	*566*
பொதுப் பிரிவு	*1991*	*5927*	*8897*	*2898*	*19713*
பொது- மாற்றுத் திறனாளிகள்	*91*	*283*	*442*	*146*	*962*
பெண்கள் ஒதுக்கீட்டுடன் மொத்த இருக்கைகள்	*4449*	*11168*	*17452*	*5635*	*38704*

4.ஜேஇஇ மெயின், ஜேஇஇ அட்வான்ஸ்டு: சில வித்தியாசங்கள்

ஜேஇஇ மெயின் மற்றும் அட்வான்ஸ்டு பாடத்திட்டங்கள் ஏறக்குறைய 99% ஒன்றாவே உள்ளது, ஜேஇஇ மெயின் தேர்வில் கேட்கப்படும் சில தலைப்புகள் ஜேஇஇ அட்வான்ஸ் தேர்வுப் பாடத்திட்டத்தின் பகுதியாக இல்லை. இப்போது ஜேஇஇ மெயின், ஜேஇஇ அட்வான்ஸ்டு ஆகிய இரண்டு தேர்வுகளுக்குமான சில வித்தியாசங்களைப் பார்க்கலாம்.

JEE Main	*JEE Advanced*
ஜேஇஇ முதன்மைத் தேர்வு என்ஐடிகள், ஐஐஐடிகள் மற்றும் பிற மத்திய/மாநில அரசு நிறுவனங்களில் சேர்வதற்கானது.	ஜேஇஇ அட்வான்ஸ்டு என்பது ஐஐடி, ஐஐஎஸ்டி(இந்தியன் இன்ஸ்டிடியூட் ஆஃப் ஸ்பேஸ் சயின்ஸ் டெக்னலாஜி), ஆர்ஜிஐபிடி(ராஜீவ் காந்தி இன்ஸ்டிடியூட் ஆஃப் பெட்ரோலியம் டெக்னாலஜி) ஆகியவற்றில் சேர்க்கைக்கானது.
ஜேஇஇ மெயின் தேர்வு ஆண்டுக்கு 2 முறை நடத்தப்படுகிறது.	ஜேஇஇ அட்வான்ஸ்டு வருடத்திற்கு ஒரு முறை மட்டுமே நடைபெறும்.
ஜேஇஇ மெயின் தேர்வை *NTA (National Testing Agency)* நடத்துகிறது.	ஜேஇஇ அட்வான்ஸ்டு ஐஐடி ஜேஏபி*(Joint Addmission test for Masters)* தேர்வு அமைப்பால் நடத்தப்படுகிறது.
ஒரு மாணவர் அதிகபட்சமாக தொடர்ந்து மூன்று ஆண்டுகளுக்கு ஜேஇஇ மெயின் தேர்வில் கலந்து கொள்ளலாம்.	ஒரு மாணவர் அதிகபட்சம் தொடர்ந்து இரண்டு ஆண்டுகளுக்கு மட்டுமே ஜேஇஇ அட்வான்ஸ்டு எழுத முடியும்.
ஜேஇஇ மெயின் தாள் 3 மணி நேரம்.	ஜேஇஇ அட்வான்ஸ்டு பேப்பர் ஆறு மணிநேரம் (பேப்பர் 1 : 3 மணிநேரம், பேப்பர் 2 : 3 மணிநேரம்).

ஜேஇஇ மெயின் தலா 4 மதிப்பெண்கள் கொண்ட 90 கேள்விகளைக் கொண்டுள்ளது (75 கேள்விகளுக்கு மட்டுமே பதிலளிக்க வேண்டும்).	ஜேஇஇ அட்வான்ஸ்டு தேர்வில் கேள்விகளின் எண்ணிக்கை மற்றும் மதிப்பெண்கள் விநியோகம் நிர்ணயிக்கப்படவில்லை.
ஜேஇஇ மெயின் வினாத்தாள் ஆங்கிலம், இந்தி, தமிழ், குஜராத்தி, அசாமி, பெங்காலி, கன்னடம், மலையாளம், மராத்தி, ஒடியா, பஞ்சாபி, தெலுங்கு மற்றும் உருது ஆகிய மொழிகளில் உள்ளது.	ஜேஇஇ அட்வான்ஸ்டு வினாத்தாள் ஆங்கிலம் மற்றும் இந்தியில் மட்டுமே உள்ளது.

5. ஜேஇஇ மெயின்: விண்ணப்பிக்கும் முறை

ஜேஇஇ மெயின் தேர்வு முதல் அமர்வுக்கு நவம்பர் மாதத்திலிருந்து இணையதளம் வழியே விண்ணப்பிக்கலாம். பொதுவாகப் பயிற்சி மையத்திலேயே தங்கள் மாணவர்களுக்கான விண்ணப்பிக்கும் பணியைச் செய்து தந்து விடுவார்கள். பயிற்சி மையத்தில் சேர வாய்ப்பில்லாத மாணவர்களுக்காக அதுபற்றி இங்கு விளக்குகிறேன்.

விண்ணப்பதாரர்கள் விண்ணப்பப் படிவத்தை ஆன்லைன் முறையில் நிரப்ப வேண்டும். விண்ணப்பத்தை நகல் எடுக்க முடியாது.

விண்ணப்பிக்க நான்கு படிநிலைகள் உள்ளன.

- *படி 1 - விண்ணப்பப் படிவத்தை நிரப்புதல்*
- *படி 2 - தேவையான ஆவணப் படங்களைப் பதிவேற்றுதல்*
- *படி 3 - கட்டணம் செலுத்துதல்*

- *படி 4 - உறுதிப்படுத்தி பக்கத்தைப் பதிவிறக்கிக் கொள்ளுதல்*

படி *1 :* விண்ணப்பப் படிவம் நிரப்புதல்

அதிகாரப்பூர்வ இணையத்தளத்திற்குள் செல்ல வேண்டும். இந்த இணையத்தளத்தைத் தவிர வேறு எந்தவொரு தளத்திலும் நுழைவுத் தேர்வுக்கு விண்ணப்பிக்க முடியாது. அப்படி வேறு ஏதாவது வலைதள முகவரி இருந்தால் அது போலி இணையதளம். மாணவர்களின் தனிப்பட்ட தரவுகள், பணம் பெற அல்லது வேறு எதாவது காரணத்திற்கு உருவாக்கப்பட்டிருக்கும். எனவே எச்சரிக்கையாய் இருங்கள்.

ஜேஇஇ அதிகாரபூர்வ இணையதள முகவரி : *https://jeemain.nta.nic.in/*

இணைய தளத்தில் ஜேஇஇ மெயின் புதிய பதிவுக்கான இணைப்பைக் கிளிக் செய்யவும். வழிமுறைகளைக் கவனமாகப் படிக்கவும். *Click here to proceed* பொத்தானை அழுத்தி ஆன்லைனில் விண்ணப்பிக்கத் தொடங்கவும்.

சாளரத்தில் தோன்றும் விண்ணப்பத்தில் விண்ணப்பதாரர் பெயர், தந்தை/தாய் பெயர், பிறந்ததேதி, பாலினம், அடையாளச் சான்று வகை (அரசு அங்கீகரித்த ஆதார் அடையாளம் போன்ற சான்று), அடையாளச் சான்றின் எண் போன்ற தனிப்பட்ட விவரங்களை நிரப்புங்கள்.

தொடர்ந்து இருப்பிட முகவரி, மின்னஞ்சல் மற்றும் தொடர்பு எண் உள்ளிட்ட விவரங்களை நிரப்பி, இறுதியில் நிரந்தர முகவரி என்ற இடத்தில் நிரந்தர முகவரியைக் குறிப்பிடுங்கள். தற்போதைய

முகவரிதான் நிரந்தர முகவரி என்றால் அதையும் அவசியம் குறிப்பிட வேண்டும்.

அடுத்து கடவுச்சொல்லை உருவாக்கி, அதனை உறுதி செய்யவும். பாதுகாப்புக் கேள்விக்குப் பதிலளித்த பிறகு, செக்யூரிட்டி பின்னை உள்ளிட்டு 'சமர்ப்பிக்கவும்' பொத்தானை அழுத்தவும்.

அடுத்து உருவாகும் சாளரத்தில் எந்தத் தேர்வுக்கு விண்ணப்பிக்கிறீர்கள்? உங்கள் கல்வித் தகுதி போன்ற விவரங்கள் கேட்கப்படும். அவற்றை கவனமாக நிரப்புங்கள்.

அது முடிந்த பிறகு நீங்கள் மதிப்பாய்வுப் பக்கத்திற்கு திருப்பி விடப்படுவீர்கள். இப்போது நீங்கள் நிரப்பிய தகவல்கள் சரியாக உள்ளதா என்று நீங்கள் மதிப்பாய்வு செய்யலாம். தவறுகள் இருந்தால் உடனே அவற்றைச் சரி செய்துவிடுங்கள். அனைத்துத் தகவல்களும் சரியாக இருப்பதாக நீங்கள் உறுதி செய்துகொண்ட பிறகு, சமர்ப்பித்து ஓடிபி பெறுவதற்கான பொத்தானை அழுத்தவும். அதை உறுதி செய்கிறீர்களா என்று கேட்பார்கள். நீங்கள் உறுதி செய்த பிறகு, உங்கள் பதிவு செய்யப்பட்ட மொபைல் எண்ணில் ஓடிபி பெறுவீர்கள்.

அந்த ஓடிபியை உள்ளீடு செய்து சமர்ப்பிக்கவும். உங்களுக்கான விண்ணப்ப எண் உருவாக்கப்படும். அடுத்து, 'முழுமையான விண்ணப்பப் படிவம்' பொத்தானை அழுத்தவும்.

விண்ணப்பத்தில் தகுதி, வருமானம் மற்றும் பிற விவரங்களை நிரப்பவும். அவற்றைச் சரிபார்த்த பிறகு, அதிலுள்ள செக்யூரிட்டி பின் நம்பர் கொடுத்து விண்ணப்பத்தைச் சமர்ப்பிக்கவும்.

படி – 2 : படங்கள் பதிவேற்றுதல்

முன்னதாக பதிவேற்ற வேண்டிய படங்களை முன் கூட்டியே தயாராக ஸ்கேன் செய்து ஜேப்பெக் ஃபார்மேட்டில் வைத்துக் கொள்ளுங்கள்.

தேவையான படங்கள்

புகைப்படம்

மாணவரின் புகைப்படம் பாஸ்போர்ட் அளவில் தெளிவானபின்னணியுடன்வண்ணம்அல்லதுகருப்பு/ வெள்ளையில் இருக்க வேண்டும். மாணவர்கண்ணாடி அணிந்திருக்கும் படங்கள் அனுமதிக்கப்படுகின்றன. போலராய்டு புகைப்படங்கள் ஏற்கப்படுவதில்லை. புகைப்படம் பழையதாக இருக்கக்கூடாது. மாணவரின் தோற்றத்துடன் பொருந்த வேண்டும். புகைப்படத்தின் அளவு 10 KB முதல் 200 KB வரை இருக்க வேண்டும்.

கல்வி ஆவணங்கள்

ஸ்கேன் செய்யப்பட்ட 12ஆம் வகுப்பு அட்மிட் கார்டு/ மார்க் ஷீட்/ சான்றிதழ் அளவு 50 KB முதல் 500 KB வரை இருக்க வேண்டும்.

கையெழுத்து:

மாணவர் மற்றும் பெற்றோரின் கையெழுத்தை மட்டுமே பயன்படுத்த வேண்டும். வெள்ளைத் தாளில் 3.5 x 1.5 செமீ அளவுகளில் சதுரம் வரைந்து கொள்ளுங்கள். அந்தச் சதுரத்தின் மையத்தில் தெளிவாகக் கையெழுத்திட்டு அந்தப் படத்தை ஸ்கேன் செய்யுங்கள். படத்தின் அளவு 4 KB முதல் 30 KB வரை இருக்கலாம்.

இனி படி 2 செயல்பாடு. ஸ்கேன் செய்து தயாராக வைத்திருக்கும் படங்களைப் 'பதிவேற்று'

என்ற பொத்தானை அழுத்தி புகைப்படம் மற்றும் கையொப்பங்கள், கல்விச் சான்றுகளை ஒவ்வொன்றாக பதிவேற்றவும்.

முன்னோட்டம் பொத்தானை அழுத்தி சரியாகப் பதிவேறவில்லை எனில் மீண்டும் பதிவேற்றவும். நீங்கள் இறுதியாகப் பதிவேற்றிய படங்களைச் சரிபார்த்து, பாதுகாப்புக் குறியீட்டை உள்ளிடவும்.

இறுதிப் பதிவேற்றம் செய்து அடுத்த படிக்குச் செல்லவும்.

படி – 3: கட்டணம் செலுத்துதல்

கட்டணங்கள் இட ஒதுக்கீட்டுச் சலுகை அடிப்படையில் ஒவ்வொருவருக்கும் ஒவ்வொரு விதமாக மாறுபடும். மாற்றுத் திறனாளிகள் மற்றும் திருநங்கையருக்கும் கட்டணச் சலுகை உண்டு.

கட்டணம் செலுத்துவதற்கு முன், உங்கள் மின்னஞ்சல் முகவரியை சரிபார்க்க வேண்டும். அதற்காக உங்கள் பதிவு செய்யப்பட்ட மொபைல் எண்ணுக்கு வரும் *OTP* ஐ உங்கள் மின்னஞ்சல் ஐடியில் உள்ளிட்டு 'சரிபார்க்கவும். பின்னர் முகப்புப் பக்கத்திற்குச் சென்று 'தேர்வுக் கட்டணம் செலுத்து' என்ற இணைப்பை அழுத்தவும்.

கிரெடிட்/ டெபிட் கார்டு/ நெட் பேங்கிங் இவற்றின் ஏதேனும் ஒன்றின் மூலம் பணம் செலுத்தும் முறையைத் தேர்ந்தெடுக்கவும்.

தேர்வுக் கட்டணம் கிரெடிட்/டெபிட் கார்டுகள் மூலம் செலுத்தப்பட்டால், கட்டண நுழைவாயிலைத் தேர்ந்தெடுக்கவும்.

ஒருமுறை செலுத்திய விண்ணப்பக் கட்டணம் எந்தச் சூழ்நிலையிலும் (முழு அல்லது பகுதி) திரும்பத் தரப்படாது.

படி – 4: உறுதிப்படுத்தி பக்கத்தைப் பதிவிறக்குதல்

இப்போது, ஹோம் பேஜ்க்குச் செல்வதற்கான பொத்தானை அழுத்தவும்.

(விண்ணப்பதாரர்கள்தங்கள்பயனர்ஐடி, கடவுச்சொல் மற்றும் விண்ணப்பப் படிவ எண் போன்றவற்றை தகவல்தொடர்புக்காகப் பாதுகாக்க வேண்டும். ஏனெனில் இது சேர்க்கை நடைமுறை முடியும் வரை தேவைப்படும்).

உறுதிப்படுத்தல் பக்கத்தை அச்சிட என்பதைக் கிளிக் செய்யவும்.

கட்டணம் செலுத்திய பிறகு உறுதிப்படுத்தல் பக்கம் உருவாக்கப்படாவிட்டால், பரிவர்த்தனை ரத்துசெய்யப்பட்டு, ஒரு வாரத்திற்குள் விண்ணப்பதாரர் கணக்கிற்குத் தொகை திருப்பியளிக்கப்படும். இருப்பினும் உறுதிப்படுத்தல் பக்கம் உருவாக்கப்படவில்லை என்றால் மாணவர் மற்றொரு பரிவர்த்தனை செய்ய வேண்டும்.

தேர்வுக்குச் செலுத்திய கட்டணம் வங்கியில் இருந்து உறுதி செய்யப்பட்ட பிறகு, விண்ணப்பதாரர் மீண்டும் தங்கள் கணக்கில் உள்நுழைவதன் மூலம் ஒப்புகைப் பக்கத்தை அச்சிட முடியும்.

விண்ணப்பம் பதிவேற்றுவதில் ஏதேனும் சிக்கல் அல்லது பிழை என்றால் கீழே உள்ள உதவி எண்ணைத் தொடர்பு கொள்ளவும்.

011 40759000 அல்லது 011 69227700

கட்டணப் பரிவர்த்தனை தொடர்பான கேள்விகள்/ விசாரணைகளுக்கு கீழ்க்கண்ட இணையதளத்தில் ஒவ்வொரு வங்கியின் தொடர்பு எண்களும் கொடுக்கப்பட்டிருக்கிறது.

https://jeemain.nta.nic.in/contact-us/

ஐஐடி கல்லூரியில் பொறியியல் பட்டப்படிப்பு படிக்க ஜேஇஇ மெயின் தேர்வுக்கு விண்ணப்பிப்பதற்கு குறைந்தது இரண்டு ஆண்டுகளுக்கு முன்பே முக்கியமாகச் செய்ய வேண்டியது, ஒரு நல்ல பயிற்சி மையத்தில் க்ராஷ் கோர்ஸில் சேர்ந்து ஜேஇஇ மெயின் தேர்வுக்குத் தயாராவது. *(க்ராஷ் கோர்ஸ்: குறுகிய காலத்தில் ஒரு விஷயத்தை விரிவாகவும் ஆழமாகவும் கற்பது.)*

இனி க்ராஷ் கோர்ஸின் அவசியம் மற்றும் தரமான பயிற்சி மையங்களைப் பற்றிப் பார்ப்போம்.

௬. ஏன் பயிற்சி வகுப்பில் சேர்ந்து படிக்கவேண்டும்?

பதினொன்று மற்றும் பன்னிரெண்டாம் வகுப்பு சிபிஎஸ்இ பாடங்களில் இருந்துதானே ஜேஇஇ மெயின் தேர்வுக்கான கேள்விகள் கேட்கப்படும். சிபிஎஸ்இ மற்றும் மாநிலக் கல்விப் பாடதிட்டங்கள் ஒரே மாதிரிதான் வடிவமைக்கப்பட்டிருக்கின்றன. அவற்றை நன்றாகக் படித்தால் மட்டும் போதுமே. ஏன் தனியாக க்ராஷ் கோர்ஸ் சேரவேண்டும்? நியாயமான கேள்விதான். ஏன் க்ராஷ் கோர்ஸில் சேர வேண்டும் என்பதற்கான காரணங்களைப் பார்த்துவிடுவோம்.

முதலில் ஒன்றைத் தெளிவாகப் புரிந்துகொள்ள வேண்டும். க்ராஷ் கோர்ஸ் எனப்படும் தனிப் பயிற்சி வகுப்பில் கற்றுத் தரப்படுபவை ஜேஇஇ தேர்வுக்குக் கேட்கப்படும் கேள்விகளுக்கான பாடங்கள் அல்ல. பின்? தேர்வில் கேள்விகளை எவ்வாறெல்லாம் சிக்கலாகக் கேட்பார்கள் என்பதையும் அவற்றுக்குப் புத்திசாலித்தனமாகவும் விரைவாகவும் பதில் அறிந்து தீர்வு காணும் முறைகளையுமே இப்பயிற்சியில்

கற்றுத் தருகிறார்கள். நிபுணர்கள் தயாரித்த ஆயிரக்கணக்கான மாதிரிக் கேள்வித் தாள்களைக் கொண்டு, நூற்றுக்கணக்கான மாதிரித் தேர்வுகளை மாணவர்களுக்கு நடத்துகிறார்கள்.

ஜேஇஇ நுழைவுத் தேர்வை எதிர்கொள்ள கடின உழைப்பு, திறமை மற்றும் புத்திசாலிதனம் தேவை. குறைந்த கால அவகாசத்தில் முதல் முறையாக ஜேஇஇ தேர்வுக்கு முயற்சிக்கும் மாணவர்களுக்கு இது பெரிய நெருக்கடி. சவால். மன அழுத்தம். தவிர, அகில இந்திய அளவில் நடைபெறும் இத்தகைய நுழைவுத் தேர்வில் மாணவர் ஒருவர் சுயமாகக் கற்று பயிற்சி பெற்று, வெற்றி பெறுவதெல்லாம் அரிதினும் அரிது. பத்தாயிரத்தில் ஒருவர் தேர்வதே கஷ்டம்.

ஜேஇஇ தயாரிப்பிற்கான க்ராஷ் கோர்ஸ் படிப்பில் கட்டாயம் சேர வேண்டியதற்கான ஐந்து காரணங்கள்...

பொறியாளராக வேண்டும் என்று விரும்பும் ஒவ்வொரு மாணவரும் ஐஐடியில் பயில்வதை முதன்மை இலக்காக வைத்திருக்கிறார்கள். மேலும் ஐஐடியன் என்பது பெருமை மற்றும் சமூகக் கௌரவத்தின் உச்சநிலை. ஆண்டுதோறும் லட்சக் கணக்கான மாணவர்கள் இதனை இலக்காக வைத்துப் பயணிக்கிறார்கள். ஆனால், அந்த இலக்கை அடைவது என்னவோ பதினாறாயிரம் பேர்தான்.

எனவே நாட்டின் முதன்மையான கல்வி நிறுவனத்தில் சேர்ந்து பொறியியல் பட்டம் பெற அகில இந்திய அளவில் மாணவர்களுடன் போட்டியிடும் போது, கடின உழைப்பு மட்டும் போதாது. உத்திகள் நிறைந்த புத்திசாலித்தனமும் தேவை.

ஜேஇஇக்கான க்ராஷ் படிப்புகள் இயற்பியல், வேதியியல் மற்றும் கணிதம் *(PCM)* ஆகியவற்றில்

உள்ள அடிப்படைக் கருத்துகளை தெளிவுபடுத்தும் குறுகிய காலப் படிப்புகள் ஆகும். இவை பாடங்களின் அடிப்படைக் கருத்துகளைத் தெளிவுபடுத்தி மாணவர்களின் திறன்களை மேம்படுத்துகின்றன. அதனால் ஐஐடியில் சேர்வதற்கான ஜேஇஇ மெயின் மற்றும் அட்வான்ஸ்டு இரண்டு தேர்வுகளிலும் மாணவர்கள் வெற்றி பெறும் வாய்ப்புகள் அதிகம்.

முக்கிய தலைப்புகள் மற்றும் பாடப் பொருள்களில் தெளிவு பெறுதல்: நுழைவுத் தேர்வில் அதிக முக்கியத்துவம் உள்ள இயற்பியல், வேதியியல், கணிதம் ஆகிய பாடங்களின் முதன்மைக் கருத்துகளைப் புரிந்துகொள்ள ஜேஇஇ க்ராஷ் படிப்புகள் உதவுகின்றன. க்ராஷ் கோர்ஸ் மூலம், முக்கிய தலைப்புகள் தொடர்பான உங்கள் சந்தேகங்களை உடனுக்குடன் தீர்த்துக்கொள்ளலாம். மேலும் கூடுதல் கவனத்துடன் பிரத்தியேகமாகத் தயாரிக்கப்பட்ட சி.டி.கள், டிவிடிகள், வீடியோக்கள், புத்தகங்கள் போன்றவை உங்கள் படிப்பை எளிதாக்கும்.

மாதிரித் தேர்வு: இயற்பியல், வேதியியல் மற்றும் கணிதம் பாடங்களில் ஆயிரக்கணக்கான கேள்விகள் மற்றும் பதில்களை அணுகிப் பயிற்சி பெறலாம். இது மாணவர்களுக்கு மனதளவில் உள்ள தயக்கத்தைப் போக்கி பெரும் நம்பிக்கையைக் கொடுக்கும். மேலும் பயிற்சியாளர்களின் ஒவ்வொரு வகுப்பு மற்றும் மாதிரித் தேர்வுகள், முக்கியச் சோதனைகள் மற்றும் பயன்பாடுகள் குறித்த குழப்பங்களை மாணவர்களுக்குத் தெளிவுபடுத்தும். இதன் மூலம் மாணவர்கள் நுழைவுத் தேர்வுக்குத் தயாராவதில் எந்த அளவில் இருக்கிறார்கள் என்பதை அவர்களே சுய அலசல் செய்து கொள்ள முடியும். பலவீனமாக

இருக்கும் பாடப் பகுதிகளை வலுப்படுத்திக் கொள்ள கூடுதல் நேரம் ஒதுக்கலாம்.

நிபுணர்களின் வழிகாட்டுதல்: ஒரு க்ராஷ் படிப்பில் சேரும்போது, ஜேஇஇ தேர்வின் நுணுக்கங்களை அறிந்த பயிற்சி நிபுணர்கள் வழங்கும் விரிவுரைகளில் கலந்துகொள்ளும் வாய்ப்பு கிடைக்கும். அவர்களுடன் உரையாடுதல் நம்பிக்கையை ஏற்படுத்தும். மேலும், ஜேஇஇ தொடர்பான சிக்கல்கள் மற்றும் சவால்கள் இரண்டையும் சமாளிப்பதற்கான சிறந்த முறைகள் மற்றும் நுட்பங்களை இந்த நிபுணர்களிடம் இருந்து கற்றுக் கொள்ளலாம்.

குழு சேரும் வாய்ப்பு: க்ராஷ் பயிற்சி வகுப்புகளின்போது, ஒரே விருப்பங்கள் மற்றும் இலக்குகளைக் கொண்டவர்களைச் சந்திப்பது கூடுதல் தைரியத்தையும் நம்பிக்கையையும் அளிக்கும். இது அதிகபட்ச முயற்சிகளை மேற்கொள்ள மாணவர்களைத் தூண்டுகிறது. சக ஆர்வலர்களுடனான பிணைப்பு பல்வேறு நுட்பங்களைக் கற்றுக்கொள்ளவும், புதிய கோணத்தில் பிறர் கண்ணோட்டங்களில் இருந்து ஜேஇஇ தேர்வைப் பார்க்கவும் உதவுகிறது. ஜேஇஇ பற்றிய ஒரு மாணவரின் பார்வை நிச்சயமாக அவர்களுடைய நண்பர்களின் பார்வையில் இருந்து வித்தியாசமானதாகவே இருக்கும். இந்த அனுபவங்கள் எல்லாம் பாடப்புத்தகங்களை வைத்துப் படிப்பவர்களுக்குக் கிடைக்க வாய்ப்பே இல்லை.

தேர்வு நாள் குறிப்புகள்: தேர்வின்போது, ஒவ்வொரு நிமிடமும் தங்கத் துளிகள். அதனால், சில கடினமான கேள்விகளுக்கு அதிக நேரம் செலவழித்து மண்டையை உடைத்துக் கொண்டிருக்கக் கூடாது. ஒவ்வொரு பிரிவிலும் போதுமான கேள்விகளைக்

குழப்பமில்லாமல் அணுக வேண்டும். அதற்கான உதவிக்குறிப்புகள் மற்றும் உத்திகளை க்ராஷ் கோர்ஸ் மூலம் மட்டுமே கற்றுக்கொள்ள முடியும். இது தேர்வு நாளில் சந்திக்கும் பொதுவான சவால்கள் மற்றும் நெருக்கடிகளை எதிர்கொள்ள முன்கூட்டியே மாணவர்களைத் தயார்ப்படுத்துகிறது. இதன் மூலம் நேர மேலாண்மையில் மேம்படலாம். இறுதியாக ஜேஇஇ தேர்வை எளிதில் ஜெயிக்கலாம்.

க்ராஷ் கோர்ஸ் எங்கு படிக்கலாம்?

ஆயிரக்கணக்கான மாணவர்களை ஜேஇஇ மெயின் மற்றும் அட்வான்ஸ்டு தேர்வில் தேர்ச்சி பெற வைத்து, அவர்கள் ஐஐடி கல்லூரியில் சேர்ந்து பயில காரணமாக இருக்கும் இந்திய அளவில் பிரபலமான க்ராஷ் கோர்ஸ் பயிற்சி மையங்கள் சிலவற்றைப் பற்றிய விவரங்களை இனி பார்ப்போம்.

இந்த விவரங்கள் மாணவர்களின் தேவை மற்றும் பொருளாதாரச் சூழ்நிலைகளை உணர்ந்து, அதற்கேற்ற பயிற்சி மையத்தில் சேர்ந்து ஜேஇஇ தேர்வுக்குத் தயார் செய்ய உதவும்.

எனினும் ஐஐடியில் பொறியியல் படிப்புதான் இலக்கு என்று மாணவனின் எதிர்காலப் படிப்பைப் பற்றி முன்கூட்டியே திட்டமிடும்போது, ஒன்பது அல்லது பத்தாம் வகுப்பு படிக்கும் போதே மாணவர்களை நுழைவுத் தேர்வுக்கு தயார் செய்யத் துவங்குவது நல்லது. அதிகபட்சம் பதினொன்றாம் வகுப்பு படிக்கும் போது, க்ராஷ் கோர்ஸில் கட்டாயம் சேர்ந்துவிட வேண்டும். இன்னும் கூறப் போனால், பெற்றோர்கள் தங்கள் பிள்ளைகளை ஆறாம் வகுப்பு படிக்கும் போதிருந்தே ஒலிம்பியாட் போட்டித் தேர்வுகளில் கலந்துகொள்ளச் செய்வது சிறந்த முன்தயாரிப்பாக அமையும்.

7.கோட்டா:
பயிற்சி மையங்களின் தலைநகரம்

உயர்கல்வி நுழைவுத் தேர்வுகளுக்கு தேசிய அளவில் தரம் வாய்ந்த மாணவர்களை உருவாக்கும் முக்கிய பயிற்சி நிறுவனங்கள் அமைந்துள்ள நகரம் கோட்டா. ராஜஸ்தான் மாநிலம் சம்பல் நதிக்கரையில் அமைந்துள்ள இந்த நகரம் கலைத்துவமானது. தனித்துவம் வாய்ந்த அரண்மனைகள், அருங்காட்சியகங்கள், ஓவியங்கள் மற்றும் வழிபாட்டுத்தளங்களுக்குப் பெயர்பெற்றது. ஆபரண வடிவமைப்பு மற்றும் டோரியா புடவைகளுக்கும் புகழ் வாய்ந்தது.

ஆனால், கடந்த முப்பது வருடங்களில் இந்த அடையாளங்களைத் தாண்டி, அகில இந்திய நுழைவுத் தேர்வுகளுக்கான பயிற்சி மையங்களின் முகவரியைத் தனதாக்கிக் கொண்டது இந்த நகரம். இங்கு சுமார் 2500 விடுதிகளில் இரண்டு லட்சம் மாணவர்கள் தங்கிப் படித்து வருகின்றனர். இதனால், உணவு மற்றும் வீட்டு வசதி போன்ற துணைத்

தொழில்களும் இங்கு செழித்து வளர்ந்துள்ளன. கடந்த இருபது ஆண்டுகளில், கோட்டாவில் இருபத்தைந்து பெரிய மற்றும் நூறு சிறிய பயிற்சி நிறுவனங்கள் நிறுவப்பட்டுள்ளன. நகரத்தின் ஆண்டு வர்த்தகத்தின் மதிப்பு சுமார் பத்தாயிரம் கோடி ரூபாய்கள். அடேங்கப்பா!

கலை நகரம் கல்வி நகரமாக மாறியது எப்படி? இங்கு மருத்துவம் மற்றும் பொறியியல் பயிற்சி பெற ஆண்டுதோறும் இந்தியா முழுவதிலுமிருந்து பெருங்கனவுகளுடன் லட்சக்கணக்கான மாணவர்கள் படை எடுக்கிறார்கள். கோட்டாவுக்கு மட்டும் ஏன் இத்தனை கிராக்கி?

1980-1990 இடைப்பட்ட ஆண்டுகளில்தான் கோட்டா பொறியியல் மற்றும் மருத்துவச் சேர்க்கைத் தேர்வு களுக்குப் பயிற்சி அளிக்கும் இடமாக முக்கியத்துவம் பெறத் தொடங்கியது பயிற்சி மையங்களின் தலைநகரமாக இந்த நகரம் மாறுவதற்கான பரிணாமப் பயணம் அப்போதிருந்துதான் ஆரம்பமானது.

பொறியியலாளரான வி.கே. பன்சால் (வினோத்குமார் பன்சால்), 1983ஆம் ஆண்டு கோட்டாவில் உள்ள ஜே.கே. சின்தெடிக்ஸ் நிறுவனத்தில் தனது பணியை ராஜினாமா செய்துவிட்டு, தனது வீட்டில் சிறிய அளவில் மாணவர்களுக்குக் கற்பிக்கத் தொடங்கினார். கணிதம் கற்பித்ததோடு, பொறியியல் சேர்க்கைத் தேர்வில் தேர்ச்சி பெறுவது பற்றிய ஆலோசனை களையும் மாணவர்களுக்கு அவர் வழங்கினார்.

1985ஆம் ஆண்டு அவரது மாணவர்களில் ஒருவர் ஐஐடி-ஜேஇஇ தேர்வில் தேர்ச்சி பெற்றார். அது வி.கே. பன்சாலின் வாழ்க்கையையும் நகரத்தின் பிம்பத்தையும் மாற்றிப் போட்டது. தொடர்ந்து

அவர் கோட்டாவில் பன்சால் பயிற்சி வகுப்புகளை நிறுவினார். *1991*இல் அது பன்சால் கிளாஸஸ் பிரைவேட் லிமிடெட் ஆக மேம்பட்டது.

பன்சாலின் வெற்றியைத் தொடர்ந்து கோட்டாவில் கேரியர் பாயின்ட், ரெசோனன்ஸ், ஆலன், வைப்ரன்ட் போன்ற பல பயிற்சி நிறுவனங்கள் பிரமாண்டமாக உருவாயின. அவற்றில் பெரும்பாலானவை பன்சால் வகுப்புகளுடன் சிறிது காலம் தொடர்புடையவர்களால் தொடங்கப்பட்டவை. பயிற்சி நிறுவனங்களின் எண்ணிக்கை பெருகியபோது, அதற்கான பிராண்டுகளும் உருவாகத் தொடங்கின.

தற்போது நகரத்தில் நூற்று ஐம்பதுக்கும் மேற்பட்ட பயிற்சி நிறுவனங்கள் உள்ளன, இந்தியாவின் சிறந்த பயிற்சி நிறுவனங்களில் பெரும்பாலானவை இங்குதான் உள்ளன. இந்தப் பயிற்சி நிறுவனங்களில் அவ்வளவு எளிதில் யாரும் சேர்ந்து விடமுடியாது. பயிற்சியில் சேர விரும்பும் மாணவர்களுக்கென்று தனியாக நுழைவுத் தேர்வுகளை அந்த நிறுவனங்கள் நடத்துகின்றன. அந்தத் தேர்வில் வெற்றி பெறும் மாணவர்கள் மட்டுமே க்ராஷ் கோர்ஸில் சேர முடியும்.

பல்லாயிரக் கணக்கில் மாணவர்களால் நிரம்பி வழிவதால், கட்டணம் கொடுத்துத் தங்குவதற்கான விருந்தினர் இல்லங்கள், தங்கும் விடுதிகள், மலிவு விலை உணவகங்கள், மாணவர்களுக்கான டப்பா உணவு விநியோகங்கள், எழுதுபொருள் கடைகள் என்று மாணவர்கள் தேவையையொட்டி வர்த்தக ரீதியாகவும் இந்த நகரம் வளர்ச்சி கண்டுள்ளது. மேலும் மாணவர்களுக்கு ஆலோசனை வழங்கும் பொருட்டு மனநல மையங்களும் உண்டு. இப்படியாக முழு நகரமும் மாணவர்களின் பயிற்சியைச் சுற்றியே அமைந்துள்ளது.

இங்குள்ள பயிற்சி மையங்கள் திறமையான ஆசிரியர்களை இருகரம் நீட்டி வரவேற்கின்றன. இங்குள்ள ஆசிரியர்களில் கணிசமானவர்கள் ஐஐடியினர். நல்ல ஊதியம் மற்றும் சவாலான வேலை ஆகியவை ஆசிரியர்களைக் கவர்ந்திழுக்கின்றன. இங்கு ஓர் ஆசிரியரின் சராசரி ஆண்டுச் சம்பளம் ₹ 20 லட்சம் ரூபாய் முதல் 35 லட்சம் ரூபாய் வரை.

நகரத்தில் உள்ள பெரிய பயிற்சி நிறுவனங்கள் தரமும் அனுபவமும் வாய்ந்த ஆசிரியர்களுக்கு ₹ 1-2 கோடி ரூபாய்கள் வரை ஆண்டுச் சம்பளமாகத் தருகின்றன. இங்குள்ள சிறந்த பயிற்சி நிறுவனங்கள் நட்சத்திர ஆசிரியர்களுக்காக ஒன்றுக்கொன்று போட்டியிடுகின்றன. தரம் வாய்ந்த நட்சத்திர ஆசிரியர்கள் மூலம் அளிக்கப்படும் பயிற்சிகள் ஒன்றுக்கொன்று சளைக்காமல் தரத்தில் சிறந்து நிற்கின்றன. இதனால் ஒவ்வொரு நிறுவனமும் நுழைவுத் தேர்வுகளில் நல்ல முடிவுகளை எட்டுகின்றன. அதனால்தான் இந்தியா முழுவதிலுமிருந்தும் மாணவர்கள் இந்த நகரத்தை நோக்கித் திமுதிமுக்கின்றனர்

8.பன்சால் கிளாஸஸ்

கோட்டா உயர்கல்வித் தேர்வுகளுக்கான பயிற்சி மையங்களின் தலைநகரமாக மாறுவதற்குக் காரணமானவர் 'பன்சால் கிளாஸஸ்' நிறுவனர் வி.கே. பன்சால். 1985இல் அவரிடம் டியூஷன் படித்த மாணவி ஐஐடி - ஜேஇஇ நுழைவுத் தேர்வில் வெற்றி கண்டபோது, இந்தியாவே அவரைத் திரும்பிப் பார்த்தது. தொடர்ந்து மற்ற மாநிலங்களில் இருந்தெல்லாம் மாணவர்கள் அவரிடம் ஐஐடி நுழைவுத் தேர்வுக்குப் பயிற்சி பெற வந்தார்கள்.

1991ம் ஆண்டு வி.கே. பன்சால் தனது பெயரிலேயே பயிற்சி நிறுவனத்தைத் தொடங்கினார். அவரது அர்ப்பணிப்பு மற்றும் நேர்மறையான அணுகுமுறைகள் காரணமாக பன்சால் கிளாஸஸ் ஒவ்வோர் ஆண்டும் ஐஐடி – ஜேஇஇ தேர்வில் அற்புதமான முடிவுகளை எட்டியது. இதனால் அவரது பயிற்சி வகுப்புகளில் சேர போட்டிகள் அதிகமாயின.

நுழைவுத் தேர்வுகளுக்குப் பயிற்சி அளித்து, அனைத்து மாணவர்களுக்கும் சமமான கல்வி வாய்ப்புகளை

வழங்குவதும், பொறியியல் மற்றும் மருத்துவ நுழைவுத் தேர்வுத் துறையில் அறிமுகப்படுத்தப்பட்ட புதிய மாற்றங்களை முதலில் ஏற்றுக்கொண்டு, அதற்கேற்ப கற்பித்தல் முறைகளை உருவாக்குவதும், தரமான கற்பித்தல் மூலம் மாணவர்களின் வளர்ச்சியை மேம்படுத்துவதுமே தனது நோக்கம் என்று சொல்கிறார் பன்சால்.

பன்சால் கிளாசஸ் நேரடி வகுப்பு மற்றும் தொலைதூர ஆன்லைன் வகுப்பு என இரண்டு முறைகளில் பயிற்சி வகுப்புகள் நடத்துகிறது.

பயிற்சிகள் மற்றும் கட்டணங்கள்:

பன்சால் கிளாஸஸ் ஜேஇஇ தேர்வுகளுக்கு ஐந்து சிறப்பு வகுப்புகள் நடத்துகிறது.

புல்ஸ் ஐ

பதினொன்றாம் வகுப்பு படிக்கும் மாணவர்கள் சேரக் கூடிய சிறப்பு வகுப்பு. இரண்டு ஆண்டு கால ஆங்கிலக் கல்வி. பன்சால் பயிற்சி வகுப்பிலிருந்து உருவான ஜேஇஇ டாப்பர்கள் பெரும்பாலும் இந்தப் பயிற்சி பெற்றவர்களே.

இந்தச் சிறப்பு நேரடி வகுப்புக்கான பயிற்சிக் கட்டணம் ஆண்டுக்கு ரூபாய் ஒரு லட்சத்து நாற்பத்தைந்தாயிரம்.

ஏர்லி நியூக்ளியஸ்:

ஓர் ஆண்டு மற்றும் நான்கு மாதங்கள் கொண்ட பயிற்சி வகுப்பு. இதில் பதினொன்றாம் வகுப்பு படிக்கும்போது, நான்கு மாதங்கள் மற்றும் பன்னிரெண்டாம் வகுப்பு படிக்கும்போது ஓராண்டு முறையே பயிற்சிக் காலமாகும்.

ஜேஇஇ பாடத்திட்டத்தின் அடிப்படைக் கருத்துகளைப் புரிந்து கொள்ள இப்பயிற்சி வகுப்பு உதவுகிறது. இந்த முறையில் கற்றவை எப்போதும் மறக்காது.

நேரடிப் பயிற்சி வகுப்புக் கட்டணம் ஆண்டுக்கு ரூபாய் ஒரு லட்சத்து ஐம்பத்து ஆறாயிரம்.

ஸ்டெர்லிங்:

பன்னிரெண்டாம் வகுப்பு முடித்து ஜேஇஇ முதன்மைத் தேர்வுக்குத் தயாராகும் மாணவர்களுக்கானது. பயிற்சிக் காலம் ஓராண்டு.

இந்தச் சிறப்புப் பயிற்சி பன்னிரெண்டாம் வகுப்பு முடித்த மாணவர்களுக்கானது என்பதால் விரைவாகவும் அதே சமயம் ஆழமாகவும் பயிற்சி வழங்கப்படுவது இதன் சிறப்பம்சம்.

நேரடிப் பயிற்சி வகுப்புக்குப் பயிற்சிக் கட்டணம் ரூபாய் ஒரு லட்சத்து ஐம்பத்து ஓராயிரம்.

நியூக்ளியஸ்:

ஓராண்டு க்ராஷ் கோர்ஸ். பன்னிரெண்டாம் வகுப்பு படித்துக் கொண்டிருக்கும் மாணவர்களுக்கானது.

இந்தப் பயிற்சி பன்னிரெண்டாம் வகுப்பு பொதுத் தேர்வைப் பாதிக்காத வகையில் ஜேஇஇ முதன்மைத் தேர்வுக்கும் தயாராகும் வகையில் வடிவமைக்கப்பட்டுள்ளது.

நேரடிப் பயிற்சி வகுப்புக்கான பயிற்சிக் கட்டணம் ரூபாய் ஒரு லட்சத்து ஐம்பதாயிரம்.

ஆக்மே:

இந்தச் சிறப்புப் பயிற்சி 'புல்'ஸ் ஐ பயிற்சியில் சேரத் தவறியவர்களுக்கானது.

இந்த ஓராண்டுப் பயிற்சி வேகமாக அதே சமயம் தெளிவாக கற்றுக் கொள்வதற்கானது. மாணவர்கள் இரண்டாம் ஆண்டில் புல்'ஸ் ஐ வகுப்பில் இணைந்து கொள்ளலாம்.

பயிற்சிக் கட்டணம் ரூபாய் ஒரு லட்சத்து முப்பத்தைந்தாயிரம்.

கட்டணங்கள் மாறுதலுக்கு உட்பட்டவை. இந்தப் பயிற்சி மையத்தில் சேர விரும்புவோர் அந்தந்த கிளை அலுவலகத்தைத் தொடர்பு கொள்ளும்போது பயிற்சிக் கட்டணங்களை உறுதி செய்து கொள்ளுங்கள்.

ஆன்லைன் பயிற்சிக் கட்டணங்கள் பற்றி அறிய பன்சால் கிளாஸஸ் தலைமை அலுவலகம் அல்லது சென்னை கிளையைத் தொடர்பு கொள்ளவும்.

தொடர்பு கொள்ள:

தமிழகத்தில் சென்னையில் ஐந்து கிளைகளும் கோயம்புத்தூரில் ஒரு கிளையும் உள்ளது.

தலைமை அலுவலகம் :

பன்சால் கிளாஸஸ் பிரைவேட் லிமிடெட்,
பன்சால் கேம்பஸ்,
ஏ 11, சாலை எண் 1, இந்திரப்ரஸ்தா
இண்டஸ்ட்ரியல் ஏரியா,
கோட்டா,
ராஜஸ்தான் - 324005.
தொலைபேசி: 0744 279 1000.
மின்னஞ்சல்: admin@bansal.ac.in

சென்னை கிளை :

பன்சால் கிளாஸஸ் பிரைவேட் லிமிடெட்,
வைகுந் அப்பார்ட்மெண்ட்ஸ்,
புதிய எண் 31, 4வது அவென்யூ,
அசோக் நகர்,
சென்னை – 600083

௯. ஆலன் கேரியர் இன்ஸ்டிடியூட்

1988இல் துவக்கப்பட்ட ஆலன் கேரியர் இன்ஸ்டிடியூட், கோட்டாவைத் தலைமையிடமாகக் கொண்ட பயிற்சி நிறுவனங்களில் ஒன்று. இதுவரை இரண்டாயிரத்திற்கும் மேற்பட்ட மாணவர்கள் ஜேஇஇ அட்வான்ஸ்டு தேர்விலும் 25,000க்கும் மேற்பட்ட மாணவர்கள் ஜேஇஇ முதன்மைத் தேர்விலும் தேர்ச்சி பெற இந்த நிறுவனம் உதவியுள்ளது. நாட்டின் புகழ்பெற்ற பயிற்சி நிறுவனங்களில் ஒன்றான இதில் இதுவரை ஒரு லட்சம் மாணவர்கள் பயிற்சி பெற்றுள்ளனர். அனுபவம் வாய்ந்த ஆசிரியர்களும், போதிய ஆய்வு உபகரணங்களும் இந்த இன்ஸ்டிடியூட்டின் கூடுதல் பலம்.

இந்த நிறுவனத்துக்குத் தரம் வாய்ந்த ஆசிரியர்கள் தேர்வு முறை மூலம் தேர்ந்தெடுக்கப்படுகிறார்கள். பாடத்தை முடிப்பதை விட கருத்தை முழுமையாகத் தெளிவுபடுத்துவதே மாணவர்களை மேம்படுத்தும் என்பது நிறுவனத்தின் கல்விப்புலப் பார்வையாகும். மேலும் மாணவர்களை ஊக்குவிக்கும் வகையில்

ஆலோசனைகளை வழங்குவதோடு, அவர்களுக்கென தனி வகுப்புகளும் உண்டு. இதனால் அகில இந்தியத் தரவரிசையில் மாணவர்கள் முன்னிலை பெற்று அசத்துகின்றனர்.

ஜேஇஇ முதன்மைத் தேர்வு 2021இல் ஆறு மாணவர்கள் அகில இந்திய தரவரிசையில் முதல் இடம் பிடித்தனர். பதின்மூன்று மாணவர்கள் நூறு சதவீத மதிப்பெண்களைப் பெற்றனர். ஒன்பது மாணவர்கள் அகில இந்திய தரவரிசையில் முதல் பத்து இடங்களிலும் நாற்பத்து மூன்று மாணவர்கள் அகில இந்திய தரவரிசையில் முதல் நூறு இடங்களிலும் இருந்தனர். இங்கு பயிலும் மாணவிகளும் அசத்தல் ரகமே. 2022 தேர்வில் இங்கு பயின்ற மாணவி அகில இந்திய தரவரிசையில் இரண்டாம் இடம் பிடித்தார். அகில இந்திய பெண் டாப்பரும் அவரே.

இங்கு படித்து முதன்மை மற்றும் அட்வான்ஸ்டு தேர்வு எழுதிய நாற்பதாயிரம் மாணவர்கள் ஒவ்வோர் ஆண்டும் கவுன்சிலிங்கிற்குத் தகுதி பெறுகிறார்கள்.

ஆலன் கோச்சிங் சென்டரின் நேரடிப் பயிற்சி வகுப்புக் கிளைகள் தமிழகத்தில், சென்னையில் ஐந்து இடங்களிலும் கோவையில் மூன்று இடங்களிலும் உள்ளன. தலைமையிடமான கோட்டா மற்றும் அனைத்துக் கிளைகளில் இருந்தும் ஆன்லைன் வகுப்புகள் நடத்தப்படுகின்றன.

சிறப்பு அம்சங்கள்

- மாணவர்களின் கவனிப்புக்காகத் தனியே நடத்தும் கவுன்சலிங் அமர்வுகள்.
- மன அழுத்தமில்லாத நேர்மறையான சூழல் மற்றும் நிறுவனத்தின் கண்மூடித்தனமான கற்பித்தல்.

- வலுவான மேலாண்மை அமைப்பு.

பயிற்சிகள்

இங்கு பயிற்சிகள் மூன்றாகப் பிரிக்கப்பட்டிருக்கிறது. நர்சர், எந்துசியஸ்ட் மற்றும் லீடர்.

- நர்சர்: பதினொன்றாம் வகுப்பு மாணவர்களுக்கான இரண்டு ஆண்டு ஆங்கில வழிக் கல்வி.
- எந்துசியஸ்ட்: பன்னிரெண்டாம் வகுப்பு மாணவர்களுக்கான ஓராண்டு ஆங்கில வழிக் கல்வி.
- லீடர்: பன்னிரெண்டாம் வகுப்பு முடித்த மாணவர்களுக்கான ஓராண்டு ஆங்கில வழிக் கல்வி.
- மாணவர்களுக்குக் குறிப்பிட்ட பாடங்கள் அல்லது மாக் பயிற்சித் தேர்வுகள் மட்டும் வேண்டும் என்று தனியாகக் குறிப்பிட்டால் அதற்கேற்ப பயிற்சி அளிக்கப்படுகிறது.

கட்டணங்கள்

நேரடி வகுப்பிற்கு ஆண்டுக்குத் தோராயமாக ஒரு லட்சத்து முப்பதாயிரம் ரூபாய் வரை கட்டணம். ஆன்லைன் வகுப்புகளுக்கு அறுபதாயிரம் ரூபாய் வரை.

இந்தக் குறிப்பிட்ட கட்டணங்கள் தோராயமானவை. சரியான கட்டணம் தெரிந்துகொள்ள ஆலன் கிளையைத் தொடர்பு கொள்ளவும்.

தொடர்பு விவரங்கள்:

தலைமை அலுவலகம்
ஆலன் கேரியர் இன்ஸ்டிடியூட்,

சி பி - 6 இந்திரா விஹார்,
கோட்டா,
ராஜஸ்தான் - 324005.
தொடர்பு எண்: 0744-2757575, 0744 – 3556677

கிளை அலுவலகம், சென்னை

ஆலன் கேரியர் இன்ஸ்டிடியூட்,
346 & 347 ஜாபர்கான் பேட்டை மெயின் ரோடு,
காசி தியேட்டர் அருகில்,
காசி எஸ்டேட்,
அசோக் நகர்,
சென்னை - 600083.
தொடர்பு எண் : 9116687301

(பெற்றோர்கள், மாணவர்கள் தொடர்பு கொள்ளும் போது தொலைபேசி எண் மாற்றப்பட்டிருந்தாலோ அல்லது உபயோகத்தில் இல்லை என்றாலோ கூகுளில் இன்ஸ்டிடியூட் பெயரைக் குறிப்பிட்டு தொலைபேசி எண்ணைத் தேடி எடுத்துக் கொள்ளலாம்).

10. ஆகாஷ் இன்ஸ்டிடியூட்

ஆகாஷ் எஜுகேஷனல் சர்வீசஸ் லிமிடெட் *(AESL)* என்பது தமிழகத்தில் பிரபலமானது. இதற்கு அனைத்து முக்கிய நகரங்களிலும் கிளைகள் உண்டு. தற்போது ஆன்லைன் வகுப்புப் பயிற்சிகளுக்கு பைஜூஸ் கல்வி நிறுவனத்துடன் இணைந்து ஆகாஷ் பைஜூஸ் என்ற பெயரில் செயல்படுகிறது. இதனுடைய தலைமை அலுவலகம் புது டெல்லியில் உள்ளது.

இது மருத்துவ மற்றும் பொறியியல் நுழைவுத் தேர்வுகள், பள்ளி / போர்டு தேர்வுகள், கேவிபிஒய், என்டிஎஸ்இ மற்றும் ஒலிம்பியாட்ஸ் போன்ற போட்டி மற்றும் உதவித்தொகைத் தேர்வுகளுக்குத் தயாராகும் மாணவர்களுக்கு விரிவான தேர்வுத் தயாரிப்புப் பயிற்சிச் சேவைகளை வழங்கி வருகிறது. *1988* ஆம் ஆண்டு ஜே.சி. சௌத்ரி அவர்களால் ஒரு மையமாகத் தொடங்கப்பட்டு, இன்று, இந்தியாவின் பல பகுதிகளிலும் இருநூறுக்கும் மேற்பட்ட மையங்களாக விரிவடைந்துள்ளது.

இதுவரை இரண்டு லட்சத்து ஐம்பதாயிரத்துக்கும் அதிகமான மாணவர்கள் இந்த நிறுவனத்தில் பயிற்சி பெற்றிருக்கிறார்கள்.

ஆகாஷ் இன்ஸ்டிடியூட் ஜேஇஇ (மெயின் மற்றும் அட்வான்ஸ்டு) மற்றும் பிற பொறியியல் நுழைவுத் தேர்வுகளுக்கு மாணவர்களைச் சிறப்பாகப் பயிற்சியளித்துத் தயார்ப்படுத்துகிறது. இதுவரை இங்கு பயின்ற ஏழாயிரத்திற்கும் மேற்பட்ட மாணவர்கள் ஐஐடி கல்லூரிகளில் சேர்ந்திருக்கிறார்கள்.

"ஐஐடி-ஜேஇஇ தேர்வெழுதும் மாணவர்கள் தங்கள் இலக்குகளில் சிறந்து விளங்க உதவும் வகையில் அதிநவீன கல்வித் தீர்வுகளை வழங்குகிறோம். ஒவ்வொரு ஆண்டும் எங்கள் மாணவர்கள் அனைத்துப் பொறியியல் நுழைவுத் தேர்வுகளிலும் சிறந்த தரவரிசைகளைப் பெறுகிறார்கள்..." என்கிறார்கள் இன்ஸ்டிடியூட் நிர்வாகிகள்.

கட்டண விவரங்கள் :

ஆகாஷ் நிறுவனத்தில் பிற கல்வி மையங்களைப் போல நிரந்தரக் கட்டண அமைப்பு இல்லை. மாணவர்களின் கல்வித்திறன், அவர்களுடைய பெற்றோர்களின் வருமானம் மற்றும் தேர்ந்தெடுக்கும் பாடங்கள், போட்டி நிறுவனங்கள் வசூலிக்கும் கட்டணம் போன்றவற்றை அடிப்படையாகக் கொண்டு கட்டணங்கள் முடிவு செய்யப்படுகிறது.

ஆகாஷ் கல்வி மையங்களைத் தொடர்பு கொள்ள:

தலைமை அலுவலகம்
ஆகாஷ் இன்ஸ்டிடியூட்
ஆகாஷ் டவர்,

8, பூசா சாலை, புது தில்லி - 110005.
போன் +91-11–47623456
சேர்க்கை ஆலோசகர்: 1800-102-2727.
மின்னஞ்சல்: care@aesl,in

தமிழகத்தில் சென்னை, கோயம்புத்தூர், மதுரை, சேலம், திருச்சி, வேலூர், ஈரோடு, திருப்பூர் மற்றும் சில சிறு நகரங்களில் கிளைகள் உள்ளன.

ஜேஇஇ பயிற்சிகளுக்கு சென்னை மையம் சிறந்த தேர்வு. வெளியூர் மாணவர்கள் ஆன்லைன் மூலம் கற்கலாம்.

11. ஃபிட்ஜி (FIITJEE)

புது டெல்லியைத் தலைமையிடமாகக் கொண்ட ஃபிட்ஜி பயிற்சி நிறுவனத்தை ஐஐடி - டெல்லியில் மெக்கானிக்கல் என்ஜினீயரிங் படித்த தினேஷ் குமார் கோயல் என்பவர் 1992ஆம் ஆண்டு ஆரம்பித்தார். ஃபிட்ஜி பயிற்சி மையத்தில் பயின்ற மாணவர்கள் சிறந்த தரவரிசை பெற்று அதிக அளவில் ஐஐடியில் தேர்வாகியிருக்கிறார்கள். அவர்கள் தங்களை ஃபிட்ஜிகள் என்று பெருமையாகச் சொல்லிக் கொள்கிறார்கள்.

ஃபிட்ஜியில் பயின்ற மாணவர்களின் திறனுக்குச் சில உதாரணங்கள்.

ஐஐடி- ஜேஇஇ (1995) தேர்வில் தில்லி மண்டலத் தரவரிசையில் முதல் ஐந்து இடங்களில் மூன்றைக் கைப்பற்றி ஃபிட்ஜிகள் டெல்லியைத் திகைக்க வைத்தனர், அதிலிருந்து தொடர்ந்து மூன்று ஆண்டுகள் ஐஐடி-ஜேஇஇ தேர்வில் முதல் பத்து இடங்களில் அதிகமாக ஃபிட்ஜிகள்தான் இருந்தார்கள்.

ஃபிட்ஜிகளின் வெற்றிகளும் தரவரிசையும் தொடர்ந்து ஆண்டுதோறும் ஏறுமுகமாகவே இருந்தது. ஒவ்வொரு ஆண்டு ஜேஇஇ தேர்வில் ஃபிட்ஜிகள் பின்னி எடுத்தார்கள். தங்கள் அசராத தேர்ச்சிகளால் அந்த மையத்தை ஐஐடி-ஜேஇஇ நுழைவுத் தேர்வின் முதன்மையான நிறுவனமாக மாறியுள்ளனர்.

2013க்குப் பிறகு ஜேஇஇ தேர்வு மெயின், அட்வான்ஸ்டு என்று இரண்டாகப் பிரிக்கப்பட்ட பிறகும் ஃபிட்ஜியர்கள் பின்வாங்கவில்லை. தேர்ச்சியிலும் தரவரிசையிலும் அதிரடி காட்டினார்கள்.

ஜேஇஇ (அட்வான்ஸ்டு) 2013: தரவரிசையில் மொத்தம் 2314 பேர் ஜேஇஇ அட்வான்ஸ்டு தேர்வில் வெற்றி கண்டு ஐஐடி கல்லூரிகளில் இடம் பிடித்தனர்.

கடைசியாக நடந்த 2022 ஜேஇஇ (அட்வான்ஸ்டு) தேர்விலும் வழக்கம்போல் தங்கள் வெற்றி முத்திரையைப் பதித்தனர். அதன்படி 2022 ஜேஇஇ அட்வான்ஸ்டு தேர்வில் பொதுவான தகுதிப் பட்டிய லில் மொத்தம் 3533 பேர் தேர்வாகி அசத்தியுள்ளனர்.

ஃபிட்ஜியில் பயிற்சி பெற்று ஐஐடியில் சேர்ந்த மாணவர்களைப் பற்றிய விரிவான தகவல்கள் *fiitjeetoppers.com* இணையத்தில் இருக்கிறது.

கட்டணங்கள்:

ஃபிட்ஜி பயிற்சி மையத்தில் பிற மையங்களை விட கட்டணம் அதிகம். ஆண்டுக்கு ரூபாய் ஒன்றரை லட்சம் முதல் இரண்டு லட்சம் வரை கட்டணம். சரியான கட்டண விவரங்களுக்குத் தலைமை அலுவலகத்தைத் தொடர்பு கொள்ளவும்.

தொடர்பு கொள்ள:

தமிழகத்தில் சென்னையில் இரண்டு கிளைகளும் கோயம்புத்தூரில் ஒரு கிளையும் உள்ளது.

மண்டல பிராந்தியத் தலைமை அலுவலகம்;

FIITJEE டவர்ஸ்,
எண்: 3, முதல் லேன்,
நுங்கம்பாக்கம் நெடுஞ்சாலை,
நுங்கம்பாக்கம், (அபெக்ஸ் பிளாசாவை ஒட்டி)
சென்னை-600034
தொலைபேசி : 044 4393 7100
மின்னஞ்சல்: online@fiitjee.com
இணையதளம்: www.fiitjeechennai.com

12. வேதாந்து

ஐஐடி கல்லூரி பொறியியல் பட்டதாரிகள் வம்சி கிருஷ்ணா, புல்கித் ஜெயின், ஆனந்த் பிரகாஷ் மற்றும் சவுரப் சக்ஸேனா நால்வரும் துவங்கி வெற்றிகரமாக நடத்திவரும் பயிற்சி மையம்தான் வேதாந்து. இங்கு மாணவர்களுக்கு ஆன்லைன் பயிற்சிகள் மட்டுமே நடத்தப்படுகிறது. ஆஃப்லைன் என்று சொல்லப்படும் நேரடி பயிற்சி வகுப்புகள் இல்லை.

வம்சி கிருஷ்ணா தனது முதல் முயற்சியாக 'லக்ஷ்யா' வை 2006இல் தனது மூன்று ஐஐடி நண்பர்களின் உதவியுடன் நிறுவினார். பல்வேறு வகையான சோதனை முயற்சிகள் மூலம் மாணவர்களுக்குப் புதுமையான பயிற்சி அளிப்பதை இவர்கள் நோக்கமாகக் கொண்டிருந்தனர். இந்த முயற்சியின் இறுதியில், இந்தியக் கல்வித் துறையில் அர்ப்பணிப்பு மற்றும் திறமையான ஆசிரியர்கள் பற்றாக்குறை இருப்பதை உணர்ந்தனர். லக்ஷ்யா மூலம் அத்தகைய தளத்தை உருவாக்கும் பணியில் தீவிரமாக ஈடுபட்டனர். ஆறு ஆண்டுகளுக்குப் பிறகு, 2012 இல் எம்டிஎஜூ கேர் என்ற இணைய தளத்தை வாங்கினர்.

பின்னர் வேதாந்து என்ற பெயரில் எஜூகேர் ஸ்டார்ட்-அப் நிறுவனத்தைத் தொடங்கி வகுப்புகள் நடத்தத் தொடங்கினர். இதற்கான ஆன்லைன் பயிற்சித் தளம் அதிகாரப்பூர்வமாக 2014 இல் அறிமுகப்படுத்தப்பட்டது.

இது 6 முதல் 12ஆம் வகுப்பு மாணவர்களுக்கு ஆன்லைனில் நேரடிப் பயிற்சி வகுப்புகளை வழங்குகிறது. ஜேஇஇ போன்ற பல்வகைப்பட்ட நுழைவு மற்றும் போட்டித் தேர்வுகளுக்கான பயிற்சிக்காக இந்தத் தளம் அர்ப்பணிக்கப்பட்டுள்ளது.

வேதாந்து தனி நபர் மட்டுமின்றி குழு வகுப்புகளையும் வழங்குகிறது. கோவிட், ஊரடங்கு போன்றவை வேதாந்து இயங்குதளத்தின் எழுச்சிக்கு மிக முக்கிய காரணமாக அமைந்தது. ஒவ்வொரு மாதமும் இருபத்தைந்து மில்லியன் மாணவர்களுக்கு வேதாந்து தனது சேவைகளை வழங்கி வருகிறது.

2019 இல், வேதாந்து தனது 'வேவ்' தளத்தை அறிமுகப்படுத்தியது. இந்தத் தளமானது செயற்கை நுண்ணறிவு மற்றும் இயந்திரக் கற்றலை முன்னிலைப்படுத்தி மாணவர்களுக்குக் கற்பிக்கிறது. ஆன்லைன் கல்வி பொதுவாக எதிர்கொள்ளும் முக்கிய சவால்களில் ஒன்று, சுவாரஸ்யம் குறைந்த உள்ளடக்கம் மற்றும் கற்பித்தல் முறைகள். இதை வேதாந்து மாற்றியமைத்தது. மாணவர்களுக்குப் பொழுதுபோக்கு மற்றும் நேரடித் தொடர்பு வகுப்புகள் மூலம் உள்ளடக்கம் மற்றும் கற்பித்தலில் கவனம் செலுத்தி மாணவர்களை ஈர்க்கிறது.

ஆண்டுதோறும் ஐஐடி கல்லூரிகளில் தேர்வாகும் மாணவர்களில் ஆறு சதவிகிதத்தினர் வேதாந்து கல்வி நிறுவனத்தில் ஐஐடி நுழைவுத் தேர்வுக்குப்

பயின்றவர்கள். இது தமிழகத்திலிருந்து ஐஐடிக்குத் தேர்வாகும் மொத்த மாணவர்களின் சதவிகிதம்.

ஜேஇஇ மெயின் பயிற்சிகள்:

ஆன்லைன் பயிற்சி வகுப்புகள் இரண்டு பிரிவுகளில் இருக்கின்றன.

1. க்ராஷ் 2. க்ராஷ் ப்ளஸ்.

தனது மாணவர்களுக்கு கணிதப் பாடத்திற்கு மட்டும் மாக் டெஸ்ட் எனப்படும் பயிற்சித் தேர்வுகளை ஆன்லைனில் இலவசமாக நடத்துகிறது. ஜேஇஇ நுழைவுத் தேர்வு எழுதும் அனைத்து மாணவர்களும் வேதாந்து நடத்தும் இந்தத் தேர்வை எழுதலாம்.

இவை இல்லாமல் சில சிறப்புப் பயிற்சிகளும் உள்ளன. நுழைவுத் தேர்வில் எண்பது சதவிகிதம் மதிப்பெண்கள் எடுக்கும் தகுதி வாய்ந்த மாணவனை ஒரே மாதத்தில் மேம்படுத்தி தொன்னூறு சதவிகித மதிப்பெண்கள் எடுக்க வைக்கிறது வேதாந்து.

ஆன்லைன் ஏஐ லைவ் மற்றும் லைவ் ப்ரோ லைட் ஆகிய இரண்டும் வேதாந்து வழங்கும் முக்கியப் பயிற்சிகள்.

கட்டணங்கள் :

ஓராண்டு ஆன்லைன் பயிற்சி வகுப்பு ஏஐ லைவ் ரூபாய் ஒன்பதாயிரம்.

ஓராண்டு ஆன்லைன் பயிற்சி வகுப்பு லைவ் ப்ரோ லைட் ரூபாய் நாற்பதாயிரம்.

கட்டணங்கள் மாறுதலுக்குட்பட்டது. கட்டணத்தை உறுதிப்படுத்திக் கொள்ள வேதாந்து கல்வி நிறுவனத்தை தொலைபேசி அல்லது மின்னஞ்சல் மூலம் தொடர்புகொண்டு தெரிந்து கொள்ளலாம்.

தொடர்பு விவரங்கள்:

வேதாந்து
விஸ்டார் ஆர்கேட்,
3வது தளம்,
1081, 14வது பிரதான சாலை,
பிரிவு 3, எச்எஸ்ஆர் லேஅவுட்,
பெங்களூரு,
கர்நாடகா 560102.
தொலைபேசி: 098866 02456
கட்டணமில்லா தொடர்பு எண்: 1800-120-456-456
மின்னஞ்சல்: vcare@vedanthu.com

13.ரெசோனன்ஸ்

இந்த நிறுவனம் *11 ஏப்ரல் 2001* அன்று கோட்டாவில் நிறுவப்பட்டது. ரெசோனன்ஸ் என்றால் அதிர்வு. மாணவர்களின் செயல்திறனிலும் ஆசிரியர்களின் கற்பிக்கும் திறனிலும் அதிர்வுகளை உண்டாக்க வேண்டும் என்ற நோக்கத்துடன் இந்தப் பெயர் நிறுவனத்துக்கு சூட்டப்பட்டது. தொடங்கப்பட்ட இருபத்தொரு ஆண்டுகளில், சிறப்பான முடிவுகளின் அடிப்படையில்ரெசோனன்ஸ்தரத்தில்உயர்ந்துள்ளது. சிறப்பான வகுப்பறைப் பயிற்சி, பல்வேறு நுழைவுத் தேர்வுகளில் மாணவர்களின் தேர்ச்சி விகிதத்தை இந்திய அளவில் உயர்த்திக்கொண்டே உள்ளது.

இதனை நிறுவியவர் ஐஐடி மெட்ராஸில் எலக்ட்ரிக்கல் மற்றும் எலக்ட்ரானிக்ஸ் துறையில் பி.டெக் படித்த ஆர்.கே.வர்மா. ஒரு சிறிய நகரத்திலிருந்து வந்து சிறந்த கல்வியாளராகி, நாட்டின் அனைத்துப் பகுதிகளிலும் இருக்கும் மாணவர்களின் ஐஐடி கனவுகளை நனவாக்கிக் கொண்டிருக்கிறார்.

போட்டித் தேர்வுகளுக்குத் தயார் செய்வதற்காக பள்ளிகளுக்கே சென்று பயிற்சி அளிக்கும்

ஒருங்கிணைந்த பள்ளி வகுப்பறைத் தொடர்புத் திட்டங்களுக்காக நாடு முழுவதும் உள்ள புகழ்பெற்ற சில பள்ளிகளுடன் இந்த நிறுவனம் தொடர்பு கொண்டுள்ளது.

*2005-06*இல், இந்தியா முழுவதும் உள்ள மாணவர்களுக்கான தொலைதூரக் கற்றல் திட்டத்தை *(Distance Learing programmes Division)* ரெசோனன்ஸ் அறிமுகப்படுத்தியது.

2006 ஆம் ஆண்டில், *6* ஆம் வகுப்பு முதல் *10* ஆம் வகுப்பு வரையிலான மாணவர்களுக்காக, ரெசோனன்ஸ் *Pre-Foundation Career Care Programmes (PCCP)* பிரிவைத் தொடங்கியது. இந்தப் பிரிவு மாணவர்களின் செயல்திறனை மேம்படுத்தி அவர்களைத் தரம் உயர்த்துகிறது. இதனால் மாணவர்கள் இன்று தேசியத் திறனாய்வுத் தேர்வு *(NTSE)*, சர்வதேச ஒலிம்பியாட்ஸ் மற்றும் போர்டு தேர்வுகளில் சிறப்பான முடிவுகளைக் கொடுக்கின்றனர்.

2010-11 ஆண்டில் ஜேஇஇ (முதன்மை) மற்றும் முன் மருத்துவப் பிரிவைத் தொடங்கியதன் மூலம் ரெசோனன்ஸ் அதன் போர்ட்ஃபோலியோவை மேலும் பன்முகப்படுத்தியுள்ளது. இன்று, அந்தப் பிரிவுகள் இந்த நிறுவனத்தின் வலிமையை அதிகரித்துள்ளன.

இங்கு ஐஐடி நுழைவுத் தேர்வுப் பயிற்சி ஆரம்பிக்கப்பட்ட கடந்த பத்து ஆண்டுகளில் அதில் பயின்ற ஐந்தாயிரம் மாணவர்கள் ஐஐடியில் சேர்ந்துள்ளனர்.

ஜேஇஇ நுழைவுத் தேர்வுப் பயிற்சிகள் மற்றும் கட்டணங்கள்:

ரெசோனன்சில் ஜேஇஇ தேர்வுக்கான பயிற்சிகளை மட்டுமே நிறைய பிரிவுகளில் வழங்குகிறார்கள். ஒன்பதாம் வகுப்பு படிக்கும் மாணவர்களுக்கும் கூட தனியே ஜேஇஇ பயிற்சி வகுப்புகள் உண்டு.

மேலும் இங்கு பயிற்சியில் சேரும் மாணவர்களுக்கு திறன் அடிப்படையில் ஸ்காலர்ஷிப்பும் உண்டு. பயிற்சியில் சேரும் முன்பு ஒரு தேர்வு நடத்தி ஸ்காலர்ஷிப் பெறுவோரைத் தேர்ந்தெடுக்கிறார்கள்.

பயிற்சி மற்றும் கட்டண விவரங்கள் ரெசோனன்ஸ் இளைய தளத்தில் விரிவாக இருக்கிறது.

இணையதள முகவரி: *https://www.resonance.ac.in/courses/fee-structure.aspx*

ஐஐடி நுழைவுத் தேர்வுக்கான பிரபலமான பயிற்சி மையங்களில் ரெசோனன்ஸ் ஒன்றாக இருந்தாலும் இதற்குத் தமிழகத்தில் கிளைகள் இல்லை. கோட்டாவில் இருக்கும் தலைமை அலுவலகத்தைத் தொடர்பு கொண்டு மாணவர்கள் ஆன்லைன் வகுப்புகளில் சேரலாம்.

தொடர்புக்கு:

Resonance Eduventures Limited
Corp. / Reg. Office :
CG Tower, A-46 & 52, IPIA,
Near City Mall, Jhalawar Road,
Kota (Rajasthan), India 324005
Phone: +91-744-2777777, 2777700
Email: contact@resonance.ac.in,
admission@resonance.ac.in

14. டாப்பர்ஸ் அகாடமி

தமிழகத்தில் சென்னையில் ஜேஇஇ நுழைவுத் தேர்வுப் பயிற்சிக்கு மிகவும் புகழ் பெற்ற பயிற்சி மையம் டாப்பர்ஸ் அகாடமி.

பல்வேறு நுழைவு மற்றும் போட்டித் தேர்வுகளுக்கு மாணவர்களைத் தயார்படுத்துவதற்கான சிறந்த நேரடி மற்றும் ஆன்லைன் பயிற்சி வகுப்புகளுக்குப் புகழ்பெற்ற நிறுவனம் இது.

இந்தப் பயிற்சிகளில் மாணவர்களுக்கு எளிதில் புரியும் வகையில் பாடங்கள் தொடர்பான பல்வேறு டெமோ விரிவுரைகளை நிறுவனம் வழங்குவது மாணவர்களிடம் நல்ல வரவேற்பைப் பெற்றுள்ளது.

சென்னை டாப்பர்ஸ் அகாடமியில் படித்த நாற்பது மாணவர்கள் பல்வேறு ஐஐடி கல்லூரிகளில் தேர்ந் தெடுக்கப்பட்டிருக்கிறார்கள். கூகுளின் மதிப்பீட்டில் இந்தப் பயிற்சி மையத்தின் சென்னை கிளை ஐந்துக்கு நான்கு புள்ளி எட்டு நட்சத்திரங்கள் பெற்றுள்ளது.

டாப்பர்ஸ் அகாடமி சிறப்புகள்:

- புதுப்பிக்கப்படும் பயிற்சிப் புத்தகங்கள்
- மாணவர்களுடன் ஆன்லைன் நேரடிக் கலந்தாய்வுகள்
- ஐஐடி-ஜேஇஇ மற்றும் நீட் ஆகியவற்றிற்கான இலவசக் கையேடுகள்
- சந்தேகங்களைத் தீர்க்கும் தனி வகுப்புகள்
- மாதிரித் தேர்வுகளுக்குப் பதிலளிக்கும் சிறப்புப் பயிற்சிகள்.

பயிற்சி மற்றும் கட்டண விவரம்

இந்தப் பயிற்சி நிறுவனம் ஆஃப் லைன் அதாவது நேரடி வகுப்புப் பயிற்சி மற்றும் தொலைதூர இணைய வழி ஆன்லைன் பயிற்சி என இரு பிரிவுகளில் வழங்குகிறது.

ஆன்லைன் பயிற்சி வகுப்புகளுக்குக் கட்டணம் ரூபாய் தொன்னூறாயிரம் முதல் ஒரு லட்சத்து ஐம்பதாயிரம் வரை.

தமிழகத்தில் பல்வேறு நகரம் மற்றும் சிறு நகரங்களிலும் முப்பதுக்கும் மேற்பட்ட டாப்பர்ஸ் அகாடமி கிளைகள் உள்ளன.

ஐஐடி-ஜேஇஇ நுழைவுத் தேர்வுக்கு சென்னை கிளையில் சிறப்பான பயிற்சி வழங்கப்படுகிறது.

எந்த ஊரிலிருக்கும் மாணவரும் சென்னை கிளை பயிற்சி மையத்தில் ஆன்லைன் மூலம் படிக்கலாம்.

தொடர்பு கொள்ள:

டாப்பர்ஸ் அகாடமி
28, 5வது பிரதான சாலை,
சரவணா ஸ்டோர்ஸ் எதிரில்,
நவநீதம் நகர்,
விஜயா நகர்,
வேளச்சேரி,
சென்னை-600042
செல்: 9944598010, 7827048964
மின்னஞ்சல்: info@toppersacademy,app

15. வைப்ரன்ட் அகாடமி

பங்கஜ் ஜோஷி என்பவர் *2009*ஆம் ஆண்டு கோட்டாவில் வைப்ரன்ட் அகாடமியை ஆரம்பித்தார். இவர் பட்டப்படிப்பை என்ஐடி ஜாம்ஷெட்பூரில் முடித்தவர். முதுகலைப் பட்டப்படிப்பில் தங்கப்பதக்கம் வென்றவர்.

வைப்ரன்ட் அகாடமி கோட்டாவில் உள்ள பிரபலமான பயிற்சி மையங்களில் ஒன்று. ஐஐடி ஜேஇஇ மெயின் மற்றும் அட்வான்ஸ்டு ஆகிய தேர்வுகளுக்குச் சிறப்பான பயிற்சி அளிப்பதன் மூலம் கோட்டாவில் நன்கு அறியப்பட்ட நிறுவனம். *10*-ஆம் வகுப்பு முதல் *12*-ஆம் வகுப்பு வரையிலான மாணவர்களுக்கு பள்ளிகளுக்கே சென்று நேரடி வகுப்பறைப் பயிற்சிகளை வழங்குகிறது. நேரடி வகுப்புகளில் கலந்து கொள்ள முடியாத மாணவர்களுக்கு தொலைதூரக் கல்வி மூலமும் பயிற்சி வழங்குகிறது.

ஐந்தாம் வகுப்பு முதல் பத்தாம் வகுப்பு வரையிலான மாணவர்களுக்கு அடிப்படைக்

கல்வியையும் வழங்குகிறது. அதில் மாணவர்களின் வேகத்தை அதிகரிக்கவும் அவர்களின் திறன்களை மேம்படுத்தவும் தினசரி பயிற்சிகள் மற்றும் கேள்வித் தாள்களைக் கொடுக்கிறது.

கோட்டாவைத் தவிர, ஜபல்பூர், டேராடூன் மற்றும் உதய்பூரில் வைப்ரன்ட் அகாடமியின் கிளைகள் உள்ளன. வைப்ரன்ட் அகாடமியில் பயின்ற ஏராளமான மாணவர்கள் ஐஐடி மெயின் தேர்வில் தேர்ச்சி பெற்றிருக்கிறார்கள்.

வைப்ரன்ட் அகாடமி பள்ளியில் படிக்கும் போதே தேர்வு முறையை வலுப்படுத்துவதிலும், மாணவர்களின் தேர்வுத் திறன்களை மேம்படுத்துவதிலும் கவனம் செலுத்துவதால் ஐஐடி ஜேஇஇக்குத் தகுதி பெறுவதற்கு அவர்களுக்கு ஒரு நல்ல அடித்தளத்தை இந்த மையம் அமைத்துத் தருகிறது.

தொடர்பு கொள்ள:

இதற்கு சென்னையில் ஒரு கிளைப் பயிற்சி மையம் உண்டு. இதே பெயரில் சென்னையில் வேறு சில பயிற்சி மையங்களும் இருப்பதால் தலைமை அலுவலகத்தைத் தொடர்பு கொண்டு சென்னை கிளை மைய விவரங்களைப் பெறுவது சிறந்தது.

வைப்ரன்ட் அகாடமி இந்தியா (பி) லிமிடட்,
சாலை எண் 2,
இந்திரப் பிரஸ்தா இண்டஸ்ட்ரியல் ஏரியா,
கோட்டா,
ராஜஸ்தான் 324005
தொடர்பு எண்: 0744-3507788, 0744-2778899.
மின்னஞ்சல்: admin@vibrantacademy.com

பயிற்சி பெயர்	நுழைவுத் தேர்வு	கல்வி	கட்டணம்
பேர்ல்	ஜேஇஇ மெயின்	*XI*	ரூ. *75,000*
ரூபி	ஜேஇஇ மெயின்	*XII*	ரூ. *80,000*
டயமண்ட்	ஜேஇஇ மெயின்	*XII* தேர்ச்சி	ரூ. *85,000*
நானோ	ஜேஇஇ [மெயின் + அட்வான்ஸ்டு] + பள்ளிப் படிப்பு	*XI*	ரூ. *1,39,000*
மெகா	ஜேஇஇ [மெயின் + அட்வான்ஸ்டு] + பள்ளிப் படிப்பு	*XII*	ரூ. *1,49,000*
கூகோல்	ஜேஇஇ [மெயின் + அட்வான்ஸ்டு]	*XII* தேர்ச்சி	ரூ. *1,55,000*

16. ஸ்ரீ சைதன்யா ஐஐடி அகாடமி

ஸ்ரீ சைதன்யா ஐஐடி அகாடமி உருவானதற்குப் பின்னணியில் அக்கறையும் மனிதாபிமானமும் கொண்ட இருவர் இருக்கிறார்கள். இந்த அகாடமி திடீரென்று உருவாகி விடவில்லை. இங்கிலாந்து மற்றும் ஈரானில் பதினாறு ஆண்டுகள் மருத்துவப் பணிக்குப் பிறகு 1986 ஆம் ஆண்டு, டாக்டர் பி.எஸ். ராவ் மற்றும் அவரது மனைவி டாக்டர் ஜான்சி லக்ஷ்மி பாய் பொப்பனா விஜயவாடாவில் ஸ்ரீ சைதன்யா பள்ளியைத் தொடங்க இந்தியா திரும்பினார்கள்.

"விழிப்புணர்வு மற்றும் வளங்கள் இல்லாததால், ஆந்திரப் பிரதேசத்தின் கிராமப்புறங்களில் இருந்து வரும் மாணவர்கள், குறிப்பாக பெண் குழந்தைகள் - தொழிற்கல்வி கற்பதற்கான வாய்ப்புகள் மிகவும் குறைவாக இருப்பதை நாங்கள் கவனித்தோம். எனவே, 37 ஆண்டுகளுக்கு முன்பு முதல் ஸ்ரீ சைதன்யா பெண்கள் ஜூனியர் கல்லூரியை நிறுவுவதன் மூலம் இந்த குறைபாட்டை நிவர்த்தி செய்ய நாங்கள் முன்முயற்சி எடுத்தோம். தகுதியும்

திறமையும் உள்ள மாணவர்கள் உயர்கல்வி கற்று, அவர்களது வாழ்க்கையில் வெற்றி பெறச் செய்வதே எங்கள் நோக்கமாக இருந்தது. இதற்கு இடைநிலைக் கல்விக்கான புதிய அணுகுமுறை தேவைப்பட்டது." – என்கிறார் டாக்டர் ஜான்சி லக்ஷ்மி பாய் பொப்பனா.

தொடர்ந்து "ஸ்ரீ சைதன்யா பள்ளி தொடங்கப்பட்ட பிறகு, அபரிமிதமாய் வளர்ந்தது. தொடர்ந்து 1991 இல் ஹைதராபாத்தில் ஆண்களுக்கான ஜூனியர் கல்லூரி ஒன்றை நிறுவிய பிறகு, ஒருங்கிணைந்த ஆந்திரப் பிரதேசத்தின் பிற நகரங்களில் பல இளநிலைக் கல்லூரிகளை (XI-XII வகுப்புகள்) விரைவாகத் தொடங்கினோம். தற்போது, ஆந்திரா மற்றும் தெலுங்கானாவில் மாநில வாரியத்துடன் இணைந்த 321 ஜூனியர் கல்லூரிகள் மற்றும் 322 K-10 (பள்ளிப் பாடத்திட்டம் தாண்டி வாழ்க்கைக் கல்வியையும் சேர்த்து கற்றுத் தருவது) ஸ்ரீ சைதன்யா டெக்னோ பள்ளிகள் உள்ளன. கூடுதலாக, இந்தியாவின் பிற மாநிலங்களில் CBSE-இணைந்த 107 சைதன்யா பள்ளிகளை நிறுவியுள்ளோம். இது மிகவும் திருப்திகரமான முன்னேற்றம்." என்கிறார் ஜான்சி லக்ஷ்மி பாய்

ஸ்ரீ சைதன்யா ஐஐடி அகாடமி

அதன் தொடர்ச்சியாக உயர் கல்வியிலும் தரமான மாணவர்களை உருவாக்க வேண்டும் என்ற நோக்கத்தில் முப்பதாண்டுகளுக்கு முன் ஆரம்பிக்கப்பட்டதுதான் ஸ்ரீ சைதன்யா ஐஐடி அகாடமி. "கூட்டு நுழைவுத் தேர்வு எப்போதுமே சாதாரண மாணவர்களால் எதிர்கொள்ள முடியாத ஒன்றாகவே உள்ளது. அவர்கள் வெற்றி உறுதியில்லாத அரை மனதுடன் போராட வேண்டியுள்ளது. மேலும் நுழைவுத் தேர்வில் தேர்ச்சி பெறுவதற்கான நீண்ட

காலத் தயாரிப்புக்காக இடைநிலைப் படிப்பைத் தொடர்ந்து மாணவர்கள் மேலும் ஓர் ஆண்டைச் செலவிடுவார்கள். அப்போதும் அவர்களுக்கு வெற்றி என்பது நிச்சயமற்றதாகவோ அல்லது மழுப்பலாகவோ இருந்தது.

இந்த நிலையை மாற்றி கடந்த மூன்று தசாப்தங்களாக ஆயிரக்கணக்கானவருங்காலஐஐடிபொறியாளர்களை வடிவமைத்து ஜேஇஇ பயிற்சியின் வரலாற்றில் ஒரு பொன்னான அத்தியாயத்தை எழுதியது ஸ்ரீ சைதன்யா. இங்கு பயிற்சி வகுப்பில் படித்த மாணவர்களில் ஆண்டு தோறும் சுமார் *200* பேர் ஜேஇஇ மெயின் மற்றும் அட்வான்ஸ்டு தேர்வுகளில் தேர்ச்சி பெற்று ஐஐடி கல்லூரிகளில் சேர்கிறார்கள். அதே போல ஒவ்வோர் ஆண்டும் சுமார் *15* மாணவர்கள் *100* தரவரிசையில் இடம் பிடிக்கிறார்கள்.

ஸ்ரீசைதன்யா ஐஐடி அகாடமியில் ஐஐடி-ஜேஇஇ நுழைவுத் தேர்வுக்கு நேரடி மற்றும் ஆன்லைன் பயிற்சி வகுப்புகள் நடைபெறுகின்றன.

பயிற்சிப் படிப்புகள் மற்றும் கட்டணங்கள்:

ஸ்ரீ சைதன்யா அல்டிமேட் சாதனையாளர்கள்

XII வாரியங்கள் + *JEE (*மெயின் மற்றும் அட்வான்ஸ்டு*)* + மற்ற போட்டித் தேர்வுகள்.

ஸ்ரீ சைதன்யா சூப்பர் *60*

XII வகுப்பு + *JEE (*மெயின் மற்றும் அட்வான்ஸ்டு*)*

ஸ்ரீ சைதன்யா சி-*120* திட்டம்

XII வகுப்பு + *JEE (*மெயின் மற்றும் அட்வான்ஸ்டு*)*

ஸ்ரீ சைதன்யா ஐபிஎல்-ஐசி

XII வகுப்பு + JEE (மெயின் மற்றும் அட்வான்ஸ்டு)

கட்டணம் ஆண்டுக்கு ரூபாய் எண்பதாயிரம். கட்டணங்கள் மாறுபட்டவை. விவரங்களுக்குத் தலைமை அலுவலகத்தைத் தொடர்பு கொள்ளவும்.

தலைமை அலுவலகத் தொடர்பு விவரங்கள்:

ஸ்ரீ சைதன்யா ஐஐடி அகாடமி
பிளாட் எண்: 304 காசெட்டி ஹைட்ஸ்,
ஐயப்பா சொசைட்டி,
மாதப்பூர்,
ஹைதராபாத் – 500081
தொலைபேசி: 040-66151515
மின்னஞ்சல்: info@srichaitanya.net

17. வித்யாமந்திர் கிளாஸஸ்

டெல்லி ஐஐடியில் படித்த சகோதரர்கள் பிரிஜ் மோகன் குப்தா, ஷியாம் மோகன் குப்தா மற்றும் மன்மோகன் குப்தா ஆகிய மூவரும் *1989*ஆம் ஆண்டு வித்யாமந்திர் கிளாஸஸ் என்ற பெயரில் அகில இந்திய தேர்வுகள் பயிற்சி மையத்தை டெல்லியில் ஆரம்பித்தனர்.

வித்யாமந்திர் கிளாஸஸ் ஜேஇஇ தவிர, இந்தியாவில் உள்ள பல்வேறு தொழில்நுட்பக் கல்வி நிறுவனங்களுக்கான ஏஐஇஇஇ, என்எஸ்ஐடி, டிசிஇ மற்றும் பிட்ஸ்சாட் போன்ற நுழைவுத் தேர்வுகளுக்கும் பயிற்சி அளித்து மாணவர்களைத் தரமுடன் தயாரிக்கிறது.

வித்யாமந்திர் வகுப்புகள் அதன் தரமான பயிற்சி, தனித்துவமான கற்பித்தல் முறை, மாணவர்களின் திருப்தி, நம்பகத்தன்மை மற்றும் வெளிப்படைத் தன்மை ஆகியவற்றிற்காக அறியப்படுகிறது. மேலும் ஐஐடி-ஜேஇஇ கோச்சிங்கில் சேர்வதற்கு முதன் முதலில் நுழைவுத் தேர்வை அறிமுகப்படுத்திய நிறுவனம் இதுவாகும். ‘டெஸ்ட் தொடர்’

என்ற கருத்தும் இந்த நிறுவனத்தால்தான் அறிமுகப்படுத்தப்பட்டது. ஒவ்வோர் ஆண்டும் இங்கு பயிற்சி பெறும் ஏராளமான மாணவர்கள் முன்னணி ஐஐடி மற்றும் என்ஐடி பொறியியல் கல்லூரிகளில் இடம் பிடிக்கிறார்கள்.

வித்யாமந்திர் வகுப்புகள் இப்போது ஒரு புதிய இணைய தளத்தை அறிமுகப்படுத்தியுள்ளது. இதன் மூலம் அதன் மாணவர்கள் ஆன்லைன் தேர்வுத் தொடரை அணுகலாம். சோதனைகள் நடத்தி முடிவுகளைப் பார்க்கலாம். ஆசிரியர்களிடம் சந்தேகங்களைக் கேட்டுப் பதில்களைப் பெறுவதுடன், மாணவர்கள் புதுமையான கோணத்தில் தங்களுக்குள் விவாதித்து முடிவான பதில்களை அடையலாம். மேலும் பல மேம்பட்ட தர அறிக்கைகள் மூலம் மாணவர்கள் தங்களின் நிலை, பலம் மற்றும் பலவீனம் குறித்து அறிந்துகொண்டு, அதற்கேற்ப தங்களை தயார் செய்து கொள்ளலாம்.

இங்கு ஐஐடி-ஜேஇஇ ஆன்லைன் பயிற்சியை மறுவடிவமைப்பு செய்திருக்கிறார்கள். மேலும் மாணவர்கள் தேர்வுக்குத் தயாராகும் வகையில் அதிநவீன அம்சங்களுடன் அதைத் தொகுத்திருக்கிறார்கள்.

இங்கு படித்த பத்தாயிரத்திற்கும் மேற்பட்ட மாணவர்கள் முதன்மைத் தேர்வில் தேர்ச்சி பெற்றிருக்கிறார்கள். மூவாயிரத்துக்கும் மேற்பட்ட மாணவர்கள் அட்வான்ஸ்டு தேர்வில் வெற்றி பெற்று ஐஐடியில் சேர்ந்திருக்கிறார்கள்.

பயிற்சி மற்றும் கட்டணங்கள்:

ஆஃப் லைன் எனப்படும் இரண்டு ஆண்டுகள் நேரடி வகுப்புகளுக்கு ரூபாய் இரண்டு லட்சத்து

நாற்பதாயிரம் மற்றும் ஓராண்டு நேரடி வகுப்புகளுக்கு ரூபாய் ஒரு லட்சத்து நாற்பதாயிரம்.

ஆன்லைன் பயிற்சி வகுப்புகளுக்கு கட்டணங்கள் மாறிக் கொண்டே இருக்கும். கட்டணச் சலுகைகளும் உண்டு. மாணவர்கள் கட்டண விவரங்களை வித்யா மந்திர் கிளாஸஸ் தலைமை அலுவலகத்தைத் தொடர்பு கொண்டு தெரிந்து கொள்ளலாம்.

தொடர்பு கொள்ள முகவரி:

வித்யாமந்திர் கிளாஸஸ்
12 ஜானக்பூரி,
1வது சாலை,
தமிழ்நாடு காவலர் குடியிருப்புக் காலனி,
வேளச்சேரி, சென்னை: 600042.
செல்: 70943 81403.

தலைமை அலுவலகம்:

வித்யாமந்திர் கிளாஸஸ்
அகர்வால் கார்ப்பரேட் ஹைட்ஸ்,
3வது தளம், பிளாட் எண். A - 7,
நேதாஜி சுபாஷ் இடம்,
வஜிர்பூர் டிப்போ எதிரில்,
பீடம் புரா
புது டெல்லி
தொலைபேசி எண்கள்: 011 45221190, 011 45221191, 011 45221192,
011 45221193, +91 9711265586, +91 8588836976
மின்னஞ்சல்:
admissions@vidyamandir.com,
support@100percentile.com, info@vidyamandir.com
செயலி: VIDYAMANDIR CLASSES

18. ஐஐடியன் கைடு

இது ஓர் ஆன்லைன் பயிற்சித் தளம். ஜேஇஇ நுழைவுத் தேர்வுகளுக்குத் தயாராகி வருபவர்களுக்குத் தரமான பயிற்சி மற்றும் வழிகாட்டுதல் வழங்கி வருகிறது. இது ஜேஇஇ ஆர்வலர்களை ஐஐடி கல்லூரிகளில் படித்த தற்போதைய சிறந்த ஐஐடியன்களுடன் இணைக்கிறது. இந்தத் தளம் ஐஐடி முன்னாள் மாணவர்களால் வழிநடத்தப்படுகிறது.

கல்வி அமைப்பில் உள்ள இடைவெளிகளைக் குறைப்பதும், *IIT-JEE* தேர்வு மட்டுமின்றி, வாழ்க்கையில் ஏற்படும் எந்தவொரு பிரச்சினையையும் எதிர்கொள்ள மாணவர்களுக்குச் சரியான மன மற்றும் உணர்ச்சி மேலாண்மை நெறிமுறைகளை உருவாக்க உதவுவதே இவர்களின் நோக்கம்.

கொரோனா ஊரடங்கு பள்ளிக் கல்வியைச் சீர்குலைத்தது. வழக்கமான வகுப்புகள் மற்றும் பயிற்சி இல்லாத சூழல் பெற்றோர்கள் மற்றும் மாணவர்களைப் பெரும் கவலைக்குள்ளாக்கியது. மாணவர்கள் மத்தியில் நிச்சயமற்ற எதிர்காலம்

மற்றும் தேர்வு குறித்த மன அழுத்தம், குழப்பம் ஆகியவை பரவலாகக் காணப்பட்டது. இந்தக் குறைபாடுகளை நீக்க வேண்டும் என்பதற்காகவே ஐஐடியன் கைடு காலத்தின் தேவையாக ஆன்லைன் பயிற்சி நிறுவனத்தைத் தொடங்கியது. நீண்ட கால அனுபவம் உள்ள, தொடர்ந்து மாணவர்களை ஜேஇஇ தேர்வில் தேர்ச்சி பெற வைத்த ஆசிரியர்களைக் கொண்டு ஐஐடியன்கள் இந்த ஆன்லைன் பயிற்சித் தளத்தை ஆரம்பித்தனர்.

ஐஐடியன்கைடு வலைத்தளம் விரைவான பதிவு, செயல்முறை மற்றும் இலவச டெமோ வகுப்புகளை வழங்குகிறது. அவர்களின் ஆன்லைன் பாடங்கள் நேர மேலாண்மை, தேர்வுகள், பணிகள், வாக்கெடுப்புகள் மற்றும் வினாடி வினாக்கள் கொண்ட நேரடி கலந்துரையாடல் வகுப்புகளுடன் கட்டமைக்கப்பட்டுள்ளன.

ஜேஇஇ மெயின் மற்றும் அட்வான்ஸ்டு தேர்வு எழுதும் மாணவர்களுக்கு ஓர் ஆண்டு, இரண்டு ஆண்டு க்ராஷ் படிப்புகளை ஆண்டு முழுவதும் இந்தத் தளம் வழங்குகிறது. ஐம்பதுக்கும் மேற்பட்ட முன்னாள் ஐஐடி மாணவர்களுடைய வழிகாட்டுதல்களுடன் பயிற்சி வகுப்புகள் நடைபெறுகின்றன. வகுப்புகளை கலந்துரையாடல் வகையில் வைத்துக்கொள்வதற்கு வசதியாக ஒரு தொகுதியில் *20-30* மாணவர்கள் வரை குழுப் பயிற்சி வழங்குகிறார்கள். மேலும் ஒன் டு ஒன் தனிப்பட்ட பயிற்சியும் வழங்குகிறார்கள். மாணவர்கள் தாங்கள் விரும்பும் பயிற்சி முறையில் சேரலாம்.

பயிற்சிகளும் கட்டணங்களும்

டாப்பர் பேக்கேஜ் என்னும் பதினொன்றாம் வகுப்பு மாணவர்களுக்கு இரண்டாண்டு பயிற்சிக்

கட்டணம் ரூ. *3,50,000.* வரையறுக்கப்பட்ட காலச் சலுகையாக ரூ.*2,50,000.* இந்தக் கட்டணத்தைப் பத்து தவணைகளில் செலுத்தலாம்.

மேலும் லைட் பிரீமியம் மற்றும் சூப்பர் பிரீமியம் என்னும் ஓராண்டு பயிற்சிகளும் உள்ளன. இவற்றின் கட்டணங்கள்:

லைட் பயிற்சி வகுப்புக்குக் கட்டணம் ரூ. *50,000.* ஒரு மாத மாதிரி வகுப்புகளுக்குக் கட்டணம் ரூ. *4,700.*

பிரீமியம் பயிற்சி வகுப்புக்குக் கட்டணம் ரூ. *86,000.* ஒரு மாத மாதிரி வகுப்புகளுக்குக் கட்டணம் ரூ. *6,700.*

சூப்பர் பிரீமியம் பயிற்சி வகுப்புக்குக் கட்டணம் ரூ. *98000.* ஒரு மாத மாதிரி வகுப்புகளுக்குக் கட்டணம் ரூ. *7,700.*

புது டெல்லியைத் தலைமை அலுவலமாகக் கொண்ட ஐஐடியன் கைடு ஆன்லைன் பயிற்சி மையத்தைத் தொடர்பு கொள்ள

இணையதள முகவரி: *https://iitianguide.com*
செல்போன்: *9355798009*
மின்னஞ்சல்: *iitianguide@gmail.com*

19.ஜேஇஇ டாப்பர்கள் எப்படித் தயாராகிறார்கள்?

ஜேஇஇ என்பது இந்தியாவின் முக்கிய பொறியியல் நுழைவுத் தேர்வு. ஒவ்வொரு மாணவரும் இந்தத் தேர்வுக்குத் தயாரிப்பைத் தொடங்கும் போது நட்சத்திரங்களை இலக்காகக் கொண்டு, கனவுகளில் மிதக்கிறார்கள். ஜேஇஇ என்பது ஒழுக்கம் மற்றும் ஒழுங்குமுறையை அடிப்படையாகக் கொண்டது. ஒழுக்கமாக இருந்து அனைத்து கவனச் சிதறல்களையும் தவிர்த்து, முழு கவனத்தையும் செலுத்த முடிந்தால், நீங்கள் நிச்சயமாக ஜேஇஇ தேர்வில் வெற்றி பெறலாம்.

ஆரம்பத்தில், கடினமாகத் தோன்றலாம், ஆனால் ஆர்வத்துடன் ஒழுக்கம் மற்றும் ஒழுங்குமுறையைக் கடைப்பிடித்தால் வெற்றி நிச்சயம். ஜேஇஇ டாப்பர்கள் வானத்தில் இருந்து குதித்து வந்தவர்கள் அல்ல. அவர்களும் எல்லோரையும் போல மனிதர்கள்தான். அவர்களின் ஒழுக்கமும் கூடுதல் முயற்சியும் அர்ப்பணிப்பும்தான் அவர்களை

தனித்து நிற்கச் செய்கிறது. ஜேஇஇ டாப்பர்கள் அனைவருக்கும் பொதுவான ஓர் அம்சம் அவர்களின் கனவு மற்றும் லட்சியம். அவர்கள் தொடக்கத்திலிருந்தே முதல் தரவரிசையில் தங்கள் கண்களை நங்கூரம் பாய்ச்சி வைத்திருக்கிறார்கள். அவர்களின் இலக்கு ஒருபோதும் அசையாது. இந்த அளவிலான லட்சியம்தான் அவர்களை மேலே கொண்டு செல்லும் முதல் விஷயம்.

இலக்கை நீங்கள் நிர்ணயித்தவுடன், அதை அடைய முயற்சி செய்ய வேண்டும். ஐஐடி - ஜேஇஇயில் முதல் தரவரிசையைப் பெறுவதற்கு எவ்வாறு தயாராக வேண்டும் என்பதை இங்கே விவாதிப்போம்.

ஒரு நல்ல அட்டவணையை அமைப்பது:

ஜேஇஇயில் முதலிடம் பெற வேண்டும் என்பதை இலக்காகக் கொண்டால், ஒரு நல்ல அட்டவணையின் முக்கியத்துவத்தை நீங்கள் புரிந்து கொள்ள வேண்டும். சரியான நேரத்தில் செய்ய வேண்டிய விஷயங்களை உள்ளடக்குவதற்கு ஒரு நல்ல அட்டவணை உதவும். அதற்காக முழு ஆண்டு அல்லது ஒரு மாதத்திற்கான கால அட்டவணையை உருவாக்க வேண்டியதில்லை. கால அட்டவணை குறுகிய கால இலக்குகளை கொண்டிருக்க வேண்டும். இதற்காக தினசரி அட்டவணையை அல்லது வாராந்திர அட்டவணையை உருவாக்கலாம். அந்த நாள் அல்லது வாரத்தின் முடிவில் செய்ய வேண்டிய வேலையின் அளவை நிர்ணயிக்கலாம். எடுத்துக்காட்டாக, ஒரு குறிப்பிட்ட புத்தகத்திலிருந்து சிக்கலான எண்களின் கேள்விகளை வார இறுதிக்குள் முடிக்க வேண்டும் என்பதைச் செய்யலாம். இதைக் குறுகிய கால இலக்காகக் கருதலாம்.

சில குறுகிய கால இலக்குகளை வைத்திருப்பதற்கான இந்த உத்தியின் நன்மை, அடுத்த கட்டத்தை நோக்கிச் செல்லும்போது உங்களை மேம்படுத்திக்கொள்ள உதவும். ஒரு பெரிய கால அட்டவணையை அமைத்து, அதை உண்மையாகப் பின்பற்ற முடியாவிட்டால் நன்றாக உணர மாட்டீர்கள். என்ன செய்ய வேண்டும் என்று முடிவு செய்து, அதைச் செய்து முடிக்கத் தொடர்ந்து முயற்சித்தால் நிச்சயமாக சரியான நேரத்தில் செய்து முடிப்பீர்கள். வெவ்வேறு வழிகளில் இந்த உத்தியை முயற்சி செய்யலாம், பின்னர் உங்களுக்கு மிகவும் பொருத்தமான வழியைத் தேர்ந்தெடுத்துச் செல்லலாம்.

சிறந்த குறிப்புப் புத்தகங்கள்:

ஜேஇஇயில் முதலிடம் பெறுபவர் நூற்றுக்கணக்கான புத்தகங்களிலிருந்து படிப்பதில்லை. தேர்ந்தெடுத்துப் படிக்கிறார். பின்னர் அவற்றை முழுமையாகப் பின்பற்றுகிறார். என்சிஇஆர்டி மற்றும் ஆர்.டி. ஷர்மா போன்ற அடிப்படைப் புத்தகங்களில் தொடங்குவது அவசியம். இயற்பியலில் ஒரு நல்ல அடித்தளத்தை உருவாக்க எச்.சி.வர்மா அவசியம் படிக்க வேண்டும். இது இயற்பியலில் ஆர்வத்தை அதிகரிக்க உதவும். அதுமட்டுமின்றி டிசி பாண்டேவும் ஐரோடோவும் நல்ல கூட்டணி. ஏறக்குறைய அனைத்து டாப்பர்களும் முதலில் தங்கள் அடிப்படைகளையும், பின்னர் ஜேஇஇ நிலையையும் நிறைவு செய்கிறார்கள். அதை முடித்தவுடன்தான் அவர்கள் இரொடோவு புத்தகங்களுக்குச் செல்கிறார்கள். ஏனென்றால், அவருடைய புத்தகங்கள் மிகவும் கடினமானவை.

கணிதத்துக்கு அரிஹந்த் அல்லது செங்கேஜ். இரண்டும் சமமானவை. வேதியியலுக்கு நிச்சயமாக என்சிஇஆர்டி படிக்க வேண்டும். அதன் பிறகு, ஜேடி

லீ கனிம வேதியியலுக்கு நல்லது மற்றும் எல்ஜி வேட் கரிம வேதியியலுக்கு சிறந்த தேர்வாகும். இயற்பியல் வேதியியலுக்கு, பி பகதூர் புத்தகங்களைப் படிக்க வேண்டும். வேதியியலில் கவனம் செலுத்துங்கள். ஏனெனில், இது நிறைய கற்றலை உள்ளடக்கியது. மற்றும் அதில் உள்ள விஷயங்களை மிக எளிதாக மறந்துவிடுவீர்கள். எனவே, வேதியியலுக்கு அதிக நேரம் கொடுக்க முயற்சிக்கவும். ஏறக்குறைய எல்லா டாப்பர்களும் இதைச் செய்கிறார்கள். பின்னர் நீங்கள் இயற்பியல் மற்றும் கணிதத்துக்கு மீதமுள்ள நேரத்தை ஒதுக்கலாம்.

முதல் தரவரிசையில் ஜேஇஇ தேர்ச்சி பெறுவதற்கான பொதுவான உதவிக்குறிப்புகள்

கூட்டத்தில் இருந்து ஒரு டாப்பர் தனித்து நிற்பதற்கு சில விஷயங்கள் உள்ளன. முதலில் இலக்கை உயர்வாக வைத்துக் கொள்வதும் உங்களிடமே நீங்கள் நல்ல எதிர்பார்ப்புகளை வைத்திருப்பதும் முக்கியம். அடுத்தது ஆரோக்கியமான போட்டியில் ஈடுபடுவது. ஒரு நல்ல போட்டி இருப்பதால், பயிற்சியில் சேருவது நிச்சயம் உதவும். உங்களில் உள்ள சிறந்ததை வெளிக்கொணரவும், ஒவ்வொரு சோதனையின்போதும் மேம்படுத்தவும் நீங்கள் போட்டியைப் பயன்படுத்த வேண்டும்.

சில முக்கியக் குறிப்புகள்:

செயல்திறனில் கவனம் செலுத்துங்கள். ஒரு நாளில் பத்து மணி நேரம் படிப்பது முக்கியமல்ல. குறைந்த நேரமாக இருந்தாலும் பாடங்களை நன்கு புரிந்து கொண்டு படிப்பதே முக்கியம்.

தேர்வின் போது உங்களை நிதானமாக வைத்துக் கொள்ளவும். எந்தச் சூழ்நிலையிலும் பதட்டம்

அடையாமல் இருக்கவும். தேர்வு உங்களுக்குக் கடினமாகத் தோன்றினால் அனைவருக்கும் கடினமாகவே இருக்கும் என்பதை நினைவில் கொள்ளுங்கள்.

ஜேஇஇ டாப்பராக இருப்பதற்கு, நீங்கள் பாடத் திட்டத்தைக் குறிப்பிட்ட நேரத்திற்கு முன்பே முடிக்க வேண்டும்.

ஜேஇஇயின் எல்லைக்கு அப்பாற்பட்ட விஷயங்களைப் படிக்க வேண்டாம். நீங்கள் ஜேஇஇ பாடத்திட்டத்தை நன்கு அறிந்தவராக இருக்கலாம். அதற்காக கடினமான மற்றும் மிகவும் கடினமான விஷயங்களைச் செய்யத் தொடங்காதீர்கள். நீங்கள் ஏற்கெனவே செய்த பகுதிகளை மீண்டும் பல முறை திரும்பச் செய்து பார்க்கலாம்.

எப்போதும் நேர்மறையான அணுகுமுறையை மட்டுமே நினைவில் வைத்துக் கொள்ளுங்கள். உங்களைப் பற்றி நம்பிக்கையுடன் இருப்பதன் மூலம் பதட்டத்தால் ஏற்படக்கூடிய அனைத்து வகையான முட்டாள்தனமான தவறுகளையும் தவிர்க்கலாம்.

முழு கவனத்துடன் உங்களின் சிறந்த முயற்சியை நீங்கள் மேற்கொண்டால், ஜேஇஇயில் நல்ல தரவரிசையில் வெற்றி பெற முடியும். ஒரு முறை கூட உங்கள் தயாரிப்பின் போது உங்களைப் பற்றி குறைவான மதிப்பீடு செய்யாதீர்கள். சோகமாக இருக்காதீர்கள். சில பயிற்சித் தேர்வில் நீங்கள் நல்ல மதிப்பெண்களைப் பெறாவிட்டாலும், அதைக் கற்றுக் கொள்ளவும் மேம்படுத்தவும் பயன்படுத்துங்கள். அதைப் பெரிது படுத்த வேண்டாம். சில தோல்விகள் வந்து போகும். ஆனால், உங்கள் முயற்சிகள் நேர்மையாக இருந்தால், நீங்கள் நிச்சயமாக உங்கள்

இலக்கை அடைவீர்கள். உங்கள் தயாரிப்பின் எந்தப் புள்ளியிலும் உங்கள் இலக்கைநோக்கிச் செல்வதைக் குறைக்காதீர்கள். கவலைப்படாதீர்கள்! இலக்கு கடினமாக இருக்கலாம், ஆனால் நீங்கள் அதை அடைய முடியும்!

- கட்டுரையாளர் : **அமன் கோயல்**
- ஒரு டெக் ஸ்டார்ட்-அப் நிறுவனத்தின் இணை நிறுவனர்.
- ஜேஇஇ அட்வான்ஸ்டு ஏஐஆர் 33 (ஆண்டு 2013) உடன் ஐஐடி பாம்பேயில் கணினி அறிவியல் பொறியியலில் பிடெக் பட்டம் பெற்றுள்ளார்.

20. DOS and DON'Ts

- சிறு`நகரங்கள் மற்றும் கிராமங்களில் வசிக்கும் மாணவர்கள் அருகில் இருக்கிறது என்று தீர விசாரிக்காமல் ஏதாவது ஒரு பயிற்சி மையத்தில் சேர்ந்துவிட வேண்டாம். பணம் மற்றும் நேரம் இரண்டும் விரயம்.

  இப்போது தேசிய அளவில் தரமான அனைத்துப் பயிற்சி மையங்களும் நேரடி வகுப்புத் தரத்தில் ஆன்லைனில் ஐஐடி-ஜேஇஇ க்ராஷ் கோர்ஸ் நடத்துகிறார்கள். நன்கு விசாரித்து அதில் ஏதாவது ஒரு பயிற்சி மையத்தில் சேர்வது நல்லது.

- தேர்வுக்குத் தயாரிப்புப் பணிகளில் ஈடுபடும் நாட்களில்மாணவர்கள்கட்டாயம்ஒருமணிநேரம் நடைப்பயிற்சி மேற்கொள்ள வேண்டும். ஓட்டம் வேண்டாம். நடைப்பயிற்சி போதும். அதனால் ரத்த ஓட்டம் சீராகும். ஆக்சிஜன் நுரையீரல் மற்றும் மூளைக்குச் செல்வது அதிகரிக்கும். அந்த ஒரு மணி நேர நடைப்பயிற்சி மனத்தெளிவுடன் கூடுதலாக நுழைவுத் தேர்வுக்குத் தயாராவதற்கு உதவும்.

- புரதம் மற்றும் வைட்டமின் அதிகம் உள்ள உணவுகளைச் சாப்பிட வேண்டும். நார்ச்சத்து உணவுகளையும் நிறைய சேர்த்துக் கொள்ளலாம்.
- காய்கறி மற்றும் பழங்களை அதிகம் சாப்பிட வேண்டும். உதாரணமாக மதிய உணவாக சாப்பிடும் அரிசிச் சோற்றில் வழக்கான அளவைக் குறைத்து அதற்கு இணையாக நார்ச்சத்துள்ள காய்கறிகள் மற்றும் பழங்களைச் சேர்த்துக் கொள்ளலாம்.
- குறைந்தது ஐந்து லிட்டர் தண்ணீர் கட்டாயம் குடிக்க வேண்டும். அது உடல் வறட்சியாவதைத் தடுக்க உதவும்.
- துரித உணவுகள் மற்றும் தின்பண்டங்களைத் தவிர்க்க வேண்டும்.
- மூச்சுப்பயிற்சி மற்றும் தியானப் பயிற்சி கவனச் சிதறலைப் போக்கும்.
- பள்ளிப் படிப்போடு பயிற்சியையும் தொடரும் மாணவர்கள் அவர்களுடைய வசதிக்கேற்ப படிப்பு மற்றும் இதர பணிகளுக்குக் கால அட்டவணை தயார் செய்து கொள்ள வேண்டும். அந்தக் கால அட்டவணையின்படி நடக்க வேண்டும். எக்காரணம் கொண்டும் அட்டவணையை மீறக்கூடாது.
- மாணவர்கள் அவர்களுக்குப் பிடித்த பொழுதுபோக்கிலும் ஈடுபடலாம். ஆனால், வாரத்திற்கு அதிகபட்சம் மூன்று அல்லது நான்கு மணி நேரங்கள் மட்டும் பொழுது போக்கிற்குச் செலவிடலாம். அவற்றையும் கால அட்டவணையில் குறித்து அந்த நேரத்தில் மட்டும் ஈடுபடலாம்.

21.தேர்வு நாளில் நினைவில் கொள்ள வேண்டியவை

தேர்வுக்கு ஒரு நாள் முன்னதாக ஜேஇஇ மெயின் தேர்வு மையத்திற்கு உங்கள் வீட்டிலிருந்து செல்ல எவ்வளவு நேரம் ஆகும் என்பதைக் கணக்கிட்டுக் கொள்ளுங்கள். நேரம் மற்றும் தூரம் போன்றவைகளை மதிப்பீடு செய்து அதற்கேற்ப திட்டமிட்டுக் கொண்டு, உங்கள் இருப்பிடத்திலிருந்து தேர்வு மையத்துக்குக் கிளம்புங்கள்.

உங்கள் அட்மிட் கார்டில் வருகையைத் தெரியப்படுத்துதற்கான நேரம் குறிக்கப்பட்டிருக்கும். தேர்வன்று அதற்கு அரை மணி நேரத்திற்கு முன்னதாக தேர்வு மையத்தில் இருங்கள். கேட் மூடிய பின் வருகையைத் தெரியப்படுத்தும் மாணவர்களை தேர்வு மையத்துக்குள் நுழைய அனுமதிக்க மாட்டார்கள். மாணவர்கள் பல்வேறு சோதனைகளுக்கு உட்படுத்தப்படுவார்கள். எனவே அதற்கெல்லாம் தயாராக சரியான நேரத்தில் சென்றடைவது முக்கியம்.

தேர்வுக் கூடத்தை விட்டு வெளியேறும் முன், விடைத் தாள்களின் மேற்பகுதியில் பெயர் மற்றும் பதிவு எண்ணை மறக்காமல் எழுதுங்கள். விடைத்தாள்கள் மற்றும் அனுமதி அட்டையை கண்காணிப்பாளரிடம் மறக்காமல் திருப்பித் தரவேண்டும்.

வருகைத் தாளில் தேவையான விவரங்களைத் தெளிவாக எழுதி, உங்கள் கையெழுத்து, இடது கைக் கட்டைவிரல் பதிவு மற்றும் புகைப்படத்தைப் பொருத்தமான இடத்தில் ஒட்டவும். இடது கைக் கட்டைவிரல் பதிவானது தெளிவாக இருக்குமாறு விரலில் மிதமாக மையைப் பூசிப் பதியுங்கள்.

தேர்வுக்கு முதல் நாள் இரவு நன்றாகத் தூங்குங்கள். உறங்கச் செல்வதற்கு முன் நம்பிக்கை வைத்து தேர்வை வெற்றிகரமாக முடிப்பதற்கான மெய்நிகர் படத்தை உருவாக்குங்கள். இந்தப் பயிற்சியானது மனஅழுத்தத்தைக் குறைக்கவும், நம்பிக்கையைத் தூண்டவும் உதவுகிறது.

தேர்வன்று நிதானமான மனதுடன் படபடப்பு இல்லாமல் தேர்வு மையத்துக்குக் கிளம்புங்கள்.

உடலையும் மனதையும் சமநிலையில் வைத்திருங்கள். அதிகம் உண்ணாமல் மிதமான உணவை எடுத்துக்கொள்ளுங்கள்.

தேர்வுக்குச் செல்வதற்கு முன் நீங்கள் எழுதிய பாடக் குறிப்புகளை ஒருமுறை படிக்கலாம். ஆனால், புதிய கேள்வி அல்லது தலைப்பைப் படிக்க வேண்டாம். ஏனெனில் இது மன அழுத்தத்தையும் குழப்பத்தையுமே ஏற்படுத்தும். செயல்திறனில் எதிர்மறையான விளைவுகளை உருவாக்கும். ஆனால், ஃபிளாஷ் கார்டுகள் அல்லது திருத்தக் குறிப்புகளில் சிலவற்றைப் பார்க்கலாம்.

தேர்வு மையத்திற்கு எடுத்துச் செல்ல வேண்டியவற்றையெல்லாம் முதல் நாளே பட்டியலிட்டு எடுத்து வைத்துக் கொள்ளுங்கள். தேர்வுக்குக் கிளம்புகிற நேரத்தில் அவற்றைத் தேடிப் பதட்டமடைய வேண்டாம்.

எடுத்துச் செல்ல வேண்டியவற்றின் பட்டியல்

NTA இணையதளத்தில் பதிவிறக்கப்பட்ட சுய பிரகடனம் (A4 அளவு தாளில் தெளிவான பிரிண்ட் அவுட்).

ஒரு ட்ரான்ஸ்பிரண்ட் பால் பாயிண்ட் பேனா.

கூடுதல் புகைப்படம், வருகைத் தாளில் ஒட்டுவதற்கு.

சானிடைசர் (50 மிலி)

சிறப்புச் சலுகை: *நீரிழிவு நோயாளிகள், அதற்கான மாத்திரைகள்/ பழங்கள் (வாழைப்பழம்/ஆப்பிள்/ ஆரஞ்சு போன்றவை) மற்றும் ட்ரான்ஸ்பிரண்ட் தண்ணீர்பாட்டில்கள்போன்றஉணவுப்பொருட்களை எடுத்துச் செல்ல அனுமதிக்கப்படுவார்கள். இருப்பினும், சாக்லேட்/மிட்டாய்/சாண்ட்விச் போன்ற பேக் செய்யப்பட்ட உணவுகளை எடுத்துச் செல்ல அனுமதி இல்லை.*

முக்கிய குறிப்பு: மாணவர்களை அடையாள சரிபார்ப்பு இல்லாமல் தேர்வு மையத்தில் நுழைய அனுமதிக்கப்பட மாட்டார்கள்.

தேர்வு அறைக்குள் எடுத்துச் செல்லக் கூடாதவை:

எழுதுபொருட்கள்: பேனா, காகிதம், பென்சில், அச்சிடப்பட்ட அல்லது எழுதப்பட்ட புத்தகங்கள், பென்சில் பாக்ஸ், ஜியாமெண்ட்ரி பாக்ஸ் போன்ற எதுவும் தேர்வறைக்குள் அனுமதி இல்லை.

எழுதுவதற்குத் தேவைக்கான பேனா, பென்சில் மற்றும் வெற்றுத் தாள்கள் தேர்வு அறையில் வழங்கப்படும்.

அடையாள அட்டைகள்: பள்ளிகள் / கல்லூரிகள் / பல்கலைக்கழகங்கள் / பயிற்சி மையங்கள் வழங்கும் அடையாள அட்டைகள் செல்லுபடியாகாது. மொபைல் போன்களில் சேமித்து வைக்கப்பட்டுள்ள நகல் அல்லது படங்கள் கூட ஏற்றுக்கொள்ளப்படாது. எனவே, இவை எதையும் எடுத்துச் செல்ல வேண்டாம்.

உணவுப் பொருட்கள்: தேர்வு அறைக்குள் உண்ணக் கூடிய பொருட்கள் அனுமதி இல்லை.

மின்னணுச் சாதனங்கள்: எந்தவொரு உலோகப் பொருட்களோ அல்லது மின்னணுச் சாதனங்களோ தேர்வு அறைக்குள் அனுமதிக்கப்படாது. இதில் மொபைல் போன், இயர்போன், மைக்ரோபோன், பேஜர், கால்குலேட்டர், டாக்குபென், ஸ்லைடு ரூல்ஸ், லாக் டேபிள்கள், கேமரா, டேப் ரெக்கார்டர் போன்றவை அடங்கும். கால்குலேட்டர் வசதிகளுடன் கூடிய எலக்ட்ரானிக் வாட்சுகள் உட்பட எந்த வகைக் கடிகாரத்தையும் அணிய/ எடுத்துச் செல்ல தேர்வர்களுக்கு அனுமதி இல்லை.

தேர்வறைக்குள் எந்தவிதமான கைப்பை அல்லது பணப்பையை எடுத்துச் செல்லவும் அனுமதி இல்லை.

முக்கிய குறிப்பு: ஜேஇஇ மெயின் தேர்வு மையத்தில் மதிப்புமிக்க பொருட்களைப் பாதுகாப்பதற்கான எந்த ஏற்பாடும் இருக்காது. எனவே தேர்வறைக்கு அவற்றை எடுத்துச் செல்வதைத் தவிர்த்து விடுவதே நல்லது.

வெற்றி பெற வாழ்த்துகள்!

உதவிய நூல்கள்

- *Dominate JEE – Nishant Jindal*
- *A Plan That Actually Works – Anagh Prasad*
- *How to Pass the JEE Exam in Your Very First Attempt – Raghavendra Rao*
- *A to Z of JEE Preparation – Aritra De*

உதவிய இணைய தளங்கள்
- *https://jeemain.nta.nic.in*
- *https://avanti.in*
- *http://shiksha.com*
- *http://exambazaar.com*
- *https://engineering.careers360.com*
- *https://collegedunia.com*
- *https://allen.ac.in*
- *https://bansal.ac.in*
- *https://www.akash.ac.in*
- *https://fiitjee.com*
- *https://vedantu.com*
- *https://resonance.ac.in*

- *https://toppersacademy.app*
- *http://vibrantacademy.com*
- *https://srichaitanya.net*
- *https://www.vidyamandir.com*
- *https://iitianguide.com*

உதவிய யூடியூப்சானல்கள்

- *SM EDUTALK*
- *Vedantu JEE English*
- *Way 2 wisdom*
- *Quick support*
- *Ananda Vikatan*

இன்ஸ்டாகிராம் பயோ

- *@iitmotivationfamily*
- *@iitjeegaming*

வெப் சீரிஸ்

- *Kota Factory*

www.ingramcontent.com/pod-product-compliance
Lightning Source LLC
LaVergne TN
LVHW060139051026
849517LV00007B/2514
* 9 7 8 9 3 9 5 5 1 1 4 4 5 *